వల్లీకళ్యాణము, ప్రబోధచంద్రోదయము, రాధావంశీధరవిలాసము మొదలగునవి ప్రాముఖ్యము వహించియుండెను. ఆకాలమునందలి నాటకములలో సూత్రధారపారిపార్శ్వక విధూషకులుండుటచేతను, అంకవిభజనయుండుటచేతను యక్షగానములకన్న భిన్నములై నేఁటినాటకములకు దరిదాపుగానున్నవి.

ప్రభావతీ ప్రద్యుమ్నమున వర్ణించిన నాటకములకును పైఁజెప్పిన నాటకములకును భేదములేకుండుటచేతను, అవి ఇంచుమించుగ సమకాలికములగుటచేతను, పదునారవశతాబ్దమున ఆంధ్రనాటకముల రచనయు, ప్రదర్శనములునుగూడ నాంధ్రదేశమున వ్యాపించియుండెననుట నిశ్చయము. కావున నాటకరచన ఆంధ్రమున నూతనముగాదు

చరిత్రనాటకములు.

చారిత్రకవిషయములు నేఁడగ్రస్థానము వహించియున్నవి. * చరిత్రాత్మకములగు నవలలును, నాటకములును లెక్కకు మిక్కిలిగా నేఁడు వెలువడుచున్నవి. నేఁడు ఆంధ్రకవులు వ్రాయుచున్న చరిత్రాత్మకములగు నాటకములలోఁ బెక్కులు రసవంతములుగానే యున్నను వేంకటరాయశాస్త్రులుగారి ప్రతాపరుద్రీయమువంటి సర్వాంగసుందరమైన నాటకము వేఱొకటి యుత్పత్తికాలేదు. ప్రస్తావనలోనున్న యీప్రతిజ్ఞాచాణక్య మాలోచనము గొంతవఱకుఁ దీర్పఁగలదు. వంగభాషలో ద్విజేంద్రలాల్ రాయి యను మహాకవి రచించిన చంద్రగుప్తనాటకము ననుసరించి యుచితములైన మార్పులతో నాంధ్రమున నీనాటకమును గవి వ్రాసియున్నాఁడు. క్రీస్తుకు పూర్వము నాలుగవశతాబ్దమునందలి హిందూదేశపు పరిస్థితులనుగూర్చియు, అందును ముఖ్యముగా భారతీయులకును గ్రీకులకును, జరిగినయుద్ధములను గూర్చియు, మౌర్యసామ్రాజ్య నిర్మాణమును గూర్చియు, చాణక్యరాజనీతిని గూర్చియుఁ జక్కఁగా కవి చర్చించియున్నాఁడు కావున ఈ నాటకమునందలి కథ సులభముగా గ్రహించుటకై చారిత్రక విషయములు కొన్ని చర్చింపవలసియున్నవి.

---

* చరిత్రరచనయందు ప్రాచీనహైందవులు వెనుబడియుండిరని నేఁటి విమర్శకులు వ్రాయుచుండుట వింతలలో వింత. ప్రతాపవిజయము రాయవాచకము, తంజావూరి రాజులచరిత్ర, కృష్ణరాయవిజయము మున్నగు చరిత్రగ్రంథములు తెనుఁగులో నెన్నియో గలవు. ప్రాచీనాంధ్రనాటకములలో చారిత్రనాటకములును పెక్కుగలవు. కొన్నిటి నీక్రింద వ్రాయుచున్నాము.

షాహరాజవిలాసము — శేషాచలకవి
కల్యాణము — గిరిరాజకవి
విజయరాఘవ చంద్రికావిహారము, కల్యాణము — కోనేటిదీక్షితులు.
మన్నారుదాసవిలాసము — రంగాజమ్మ
రఘునాథాభ్యుదయము — విజయరాఘవరాయలు

చరిత్రాంశములు.

క్రీస్తు పూర్వము నాలుగవశతాబ్దమున అలెగ్జాండరు దండయాత్రయు, మగధ రాజ్యముపై నవనందులయధికారమును ప్రధానములైయున్నవి. కావున ఆరెండును ప్రత్యేకముగాఁ జర్చించుచున్నాను. ఈవిషయమునుగూర్చి శ్రీ స్వామి విద్యానందపరమహంస బి. ఏ. గారు విజ్ఞానచంద్రికాగ్రంథమాలలోఁ బ్రచురించిన "చంద్రగుప్త చక్రవర్తి" అను గ్రంథమునఁ గొంతవఱకు యుక్తియుక్తముగా వ్రాయఁబడియున్నది. కాని శ్రీ పరమహంసగారు వ్రాయకవిడిచినయంశములు పెక్కుగలవు. కావున, అందు వ్రాసినయంశములు సంకుచితములుగను, వ్రాయనియంశములు విపులములుగను జర్చించుచున్నాను.

మగధసామ్రాజ్యము భారతీయసామ్రాజ్యములలో మాత్రమే గాక ప్రాపంచిక సామ్రాజ్యములలోనుగూడ సుప్రసిద్ధస్థానము వహించియున్నది. మహాభారతకాలమున జరాసంధుఁడు చక్రవర్తులలో మేటియైయుండెను. అప్పటికే నగరనిర్మాణమునను, పరిపాలనవిధానమునను, మాగధు లగ్రస్థానము వహించియుండిరి. క్రీ. పూ. 7 వ శతాబ్దమునుండియును మగధరాజ్యమును శైశునాగులు పరిపాలించుచుండిరి. వీరిలో బింబిసారునికాలమున—ఆరవశతాబ్దమున—బుద్ధుఁడును, మహావీరుఁడును దమతమమతములను స్థాపించిరి. నాలుగవశతాబ్దమున నీసామ్రాజ్యమును నవనందులుపరిపాలించుచుండిరి. వీరు బ్రాహ్మణులను, శూద్రులను ద్వేషించుచుండుటచే, బ్రాహ్మణులును, శూద్రులు నేకీభవించి నందవంశమును విధ్వంసముచేసి, మౌర్యరాజ్యమునుస్థాపించిరి. నవనందులుబ్రాహ్మణద్వేషముఁ గలవారయ్యును, బలవంతులగుట శత్రుభయంకరులై, హిందూదేశమునకుఁదూర్పుభాగమును పరిపాలించుచుండిరి. ఆకాలమున భారతవర్షమునకుఁ బశ్చిమభాగమున చిన్నచిన్నస్వతంత్రరాజులు చిన్నచిన్న స్వతంత్రరాజ్యములకు నధిపతులైయుండిరి. ఇది కనిపెట్టిహిందూదేశమంతయు నిర్జీవియుండెనని తలఁచి, దానిజయించిపాలించుటకై గ్రీకులరాజయిన అలెగ్జాండరు హిందూదేశముపై దాడివెడలెను. అలెగ్జాండరు గొప్పవీరుఁడని పాశ్చాత్యపండితులు వ్రాసియున్నారు. * అతిప్రాచీన కాలమున అసరేయు (అస్సీరియా) దేశాధీశ్వరియగు సెమిరామిస్(Semiramis—

---

* పాశ్చాత్యులదృష్టిని అలెగ్జాండరట్టివీరుఁడయ్యును హిందూదేశమున నాతఁ డుసంపూర్ణవిజయముఁ బొందలేదు. దీని గూర్చి ప్రాచీనగ్రీకుచరిత్రకారులు కొందఱు నిష్పక్ష

queen of the Assirians)హిందూదేశముపై దాడివెడలెను. అప్పుడు నలచక్రవర్తితండ్రియగు వీరసేనుఁడు చక్రవర్తియై హిందూదేశమును బరిపాలించుచుండెను. వీరసేనుఁడు సెమిరామిస్‌ను పూర్ణముగా జయించి యామెను హిందూదేశమునుండి తరిమివేసి, ఆశేరేయుల నౌకాదళమును యుద్ధసామగ్రిని దీసికొని, భారతీయుల గౌరవమును గాపాడెను.

ఆపైఁ జాలకాలమువఱకును పాశ్చాత్యులు హిందూదేశముపై దాడివెడలలేదు. తరువాత క్రీ. పూ. 6 వ శతాబ్దమున "డేరయస్" అను పారసీకరాజు హిందూదేశముపై దండెత్తి సింధునదికిఁ బశ్చిమభాగమును జయించి పారసీకరాజ్యమునఁ గలిపెను. * ఆకాలమున హిందూదేశము మిక్కిలి ఫలవంతమై ధనవంతమై యుండుటయే గాక హైందవులు మహావీరులయియుండిరని పారశీకచరిత్రకారులు వ్రాసియుండిరి. భారతీయుల శరసంధాన నైపుణ్యమును గనిపెట్టి డేరయస్ కుమారుఁడగు గ్జెరిగిజిస్ Xerxes) అను పారశీకచక్రవర్తి భారతీయులను దన సైన్యమున విలుకాండ్రఁగాఁ జేర్చుకొని గ్రీసుదేశముపైఁ దాడివెడలి విజృంభించెను. భారతీయులు బాహుబలమున క్షీణించిరని యనుకొనుచున్న నేఁటికాలముననే పాశ్చాత్యకదనరంగమున శ్వేతముఖులపై భారతీయ సైన్యములు విజృంభించి భారతీయులవీరత్వమును పాశ్చాత్యులకుఁ జవిజూపినవన రెండువేల యేనూరేండ్లకిందట భారతీయవీరులు పాశ్చాత్యకదనరంగమున విజృంభించి శ్వేతముఖులను చీకాకుపఱచుట వింతగాదుగదా! సెమిరామిస్ డేరయసులనుగూర్చివిని యాలెగ్జాండరు తాను వారికన్నమిన్నగాఁ గోరి హిందూదేశముపై దండయాత్రచేసెను. సెమిరామిస్ డేరయసులు పాశ్చాత్యులకన్యను ఆసియాఖండమువారే! కావున అలెగ్జాండరే భరతవర్షము జయింపఁదలఁచిన మొదటి శ్వేతముఖుఁడు.

పాతముగా వ్రాసినను, నేఁటియాంగ్లేయచరిత్రకారులు దానినిగప్పిపుచ్చి అలెగ్జాండరు పరాజయము అయిరోపాకంతకును పరాజయమనితలఁచి కాఁబోలు తప్పువ్రాతలు వ్రాసియున్నారు. కాని సత్యమిప్పుడిప్పుడు బయలుపడుచున్నది.

* పారశీకులదండయాత్రనుగూర్చిన ప్రసంగమంతయు భారతీయగ్రంథములలో నెక్కడను గన్పట్టదు. ప్రాచీనపారసీకగ్రంథములే యిందుకాధారములై యున్నవి కావున పారశీకులదండయాత్రలోని యాథార్థ్యమును గనిపెట్టుటకు భారతీయచరిత్రకారులకు కష్టమైయున్నది.

* అలికసుందరుఁడు అతిస్వల్పకాలములో సిరియా పరిషియా యీజిప్టు బాక్ట్రియా మున్నగు దేశములనుజయించి * హిందూదేశద్వారమైయున్న తక్షశిలానగరమును ముట్టడించెను. తక్షశిలానగరమా కాలమున నొకచిన్నస్వతంత్ర రాజ్యమునకుఁ బ్రధానస్థానమైయుండెను. ఆదేశము మిక్కిలి ఫలసంపన్నమైయుండెను. ప్రజలు శాంతవృత్తులవలంబించి సుఖజీవనమొనర్చుచుండిరి. తక్షశిలానగరము పెద్దవిద్యాపీఠమై పెక్కుదేశములనుండి విద్యార్థులనాకర్షించుచుండెను. ఆదేశమును అంభీయను రాజుపాలించుచుండెను. (గ్రీకుచరిత్రకారులలోఁగొందఱు Taxiles అనియును కొందఱు Ambh అనియును వ్రాసిరి. Taxilesఅనునది నగరనామమైనను పురుషనామముగాభ్రమింపఁబడెను. Ambhi అనునది ఆభీరశబ్దమునకు గ్రీకువికృతికావచ్చును. ప్రాచీనకాలమున ఆభీరులు ఆప్రాంతములలోనేయుండిరి.) తనసైన్యమున మహావీరులుండియుండినను, సుఖజీవనము చేయుచుండిన ప్రజలకు యుద్ధమువలన సుఖభంగముకలుగుననియు విద్యలకు నాశనముకలుగుననియు, తలంచి అంభీ అలెగ్జాండరుతో సంధిచేసికొని, అతనికి కావలసినపదార్థముల నతనికిచ్చి. తనకుఁగావలసినది అలెగ్జాండరువద్దతీసికొని నిశ్చితుఁడైయుండెను. అలెగ్జాండరట్టినిశ్చింతగానుండక వీరులతోనిండియుండిన హైందవ సైన్యమువలన గ్రీకులకెట్లయిన ముప్పువచ్చునని భయపడి దుర్మార్గుఁడై, రాత్రియందఱును నిద్రించుచున్నప్పుడు హైందవసైన్యములపై హఠాత్తుగాఁబడి వారిలోఁజాలమందిని వధించెను.

(1) ఇదిమిక్కిలిదుర్మార్గమనియు, అలెగ్జాండరు కీర్తికిదికళంకము తెచ్చెననియు గ్రీకుచరిత్రకారకుఁడొకఁడు వ్రాసియున్నాఁడు.

---

* అలెగ్జాండరు అనుపేరు హైందవశాసనములలో అలికసుందరుఁడని వ్రాసియున్నది. చూ ,,అలికసుందరో నామ... (అశోకుని శిలాశాసనము.) * అలెగ్జాండరువాటికి దేశములు బలహీనములైయుండుటచే, వానినిజయించినంతమాత్రమున అలెగ్జాండరు వీరుఁడనిచెప్పుటకు వీలులేదు.

1 ఇట్టిదుష్కార్యము చేసిన వాఁడెట్టివీరుఁడో భారతీయులూహింపఁజాలరు. కాని ఈవిషయమును నేఁటిపాశ్చాత్య చరిత్రకారకులు కప్పిపెట్టిరి.

(2) తక్షశిలానగరమునుండి అలెగ్జాండరు మల్లులదేశముపయికిఁ బోయెను. ఈమల్లులు మహావీరులు. వీరితోఁ జరిగినయుద్ధములో అలెగ్జాండరుకు గొప్ప గాయముతగిలెను. దానివలన అతఁడు మూర్ఛితుఁడై మృతప్రాయుఁడైపడిపోయెను. అతనియనుచరులతని దీసికొనిపోయి ప్రాణవైద్యము చేసిన నాతఁడెట్టకేలకు బ్రతికెను. అంతనతఁడు భయపడి యాదేశమునుండితప్పించుకొని చల్లచల్లగా (3) పౌరవుల రాజ్యమును ముట్టడించెను. పౌరవునితో ముఖాముఖముగా యుద్ధముచేయలేక కొంతసైన్యమును రాత్రిచీఁకటిలో నదిని దాటించి దొంగతనముగా పౌరవుని సైన్యముపై బడెను. నిద్రావస్థలోనున్న పౌరవుని సైన్యము వెంటనే తెలివి తెచ్చుకొని చేతనయినంతవఱకు యుద్ధముచేసి గ్రీకుసైన్యమును చీకాకుపఱచెను గాని దానిని గెలువలేకపోయెను. అయినను హైందవసైన్యమును గెలుచుట గ్రీకుసైన్యమునకుఁ జాలకష్టమయ్యెను. పౌరవునితో జరిగినయుద్ధమువలన గ్రీకులు ధైర్యహీనులయిరని గ్రీకుచరిత్రకారులు వ్రాసియున్నారు. ఈసమయముననే మగధరాజ్యమున కొన్నియల్లరులు సంభవించెను.

మహాపద్మనందుఁడు మహాబలవంతుఁడై మహాధనవంతుఁడై మహావైభవముతో మగధరాజ్యమును బాలించుచుండెను. అతనిసైన్యమున ఎనుబదివేల గుఱ్ఱములును రెండు లక్షల కాల్బలమును, ఎనుబదివేల రథములును, ఆఱువేల ఏనుఁగులును ఉండెనని గ్రీకు చరిత్రకారులు వ్రాసియున్నారు. అతని యనంతరమున అతని కుమారులగు నవనందులు రాజ్యమునకు వచ్చిరి. వీరు దుర్మార్గులై బ్రాహ్మణద్వేషమును, శూద్రద్వేషమును గలవారై యుండిరి. మహాపద్మునకు శూద్రస్త్రీయైన మురయందు చంద్రగుప్తుఁడను కుమారుఁడు జనించెను. ఇతఁడు రాజులకుచితమైన సుగుణసంపదగలవాఁడగుటచే రాజ్యమున నున్నతస్థానము వహింపఁదలఁచెను. కాని శూద్రులయందలి యగౌరవబుద్ధిచేతను, మురయందలి ద్వేషభావముచేతను, వారు చంద్రగుప్తుని దృణీకరించిరి. అభిమానియగుటచేఁ జంద్రగుప్తుఁడు నందరాజ్యవిధ్వంసముచేయఁదలఁచి, అలికసుందరుఁడు పరాక్రమశాలియని వినియుండుటచే అతనిఁజేరి యతని సహాయము నపేక్షించెను. అలికసుందరుఁడు నందరాజ్యమునుగూర్చి ప్రసంగించి యాతని రాజ్యమునకుఁగల వైశాల్యమునుగూర్చియు సైన్యమునుగూర్చియు వాస్తవమైన సమాచారమును దెలిసికొనెను. అంత పెద్ద సామ్రా

2 ఈమల్లులకు గ్రీకుచరిత్రకారులు Mallians అనివ్రాసియుండగా విన్సెంటుస్మిత్ గారు మాళవులని అర్థముచేసిరిగాని అది వాస్తవముగాదు.

3 గ్రీకుచరిత్రకారులు Porus అనివ్రాసిరి. దానికి పురుషోత్తముఁడని తప్పుగా అర్థముచేయఁబడెను. వేదకాలములోఁగూడ పౌరవులీప్రాంతములోనే యుండిరి.

జ్యము హిందూదేశమునఁ దూర్పుభాగమునఁ గలదని తానదివఱకు వినియుండలేదు. అయినను సహజముగ పరాక్రమశాలియగుటచే నందరాజ్యముపై దండెత్తుటకుఁ దలఁచెను గాని యాతని సైన్యముమాత్రము ధైర్యహీనమైయుండెను. ఇరువదివేల కాల్బలమును రెండువేల గుఱ్ఱములును గల పౌరవుని జయించుటకే యెంతయో శ్రమ పడవలసివచ్చెను గదా! అంత సైన్యముగల మగధరాజ్యమును దామెట్లు జయింపఁగలుగుదుమని మాసిడోనియనులు (గ్రీకులు) భయపడి మేము ముందొక యడుగైనఁ బెట్టమని చెప్పి, తమ నాయకుని యాజ్ఞలను మీఱివేసిరి. అలికసుందరునకు తనసైన్యముపైఁ గోపము వచ్చి కొన్ని దినము లెవ్వరితోను మాటాడక, యలిగి, తన డేరాలో పండుకొనియుండెను. అప్పటికిని తనసైన్యము తనమాట వినలేదు. మీఁదుమిక్కిలి తన డేరాలోనికివచ్చి «ఇదివఱకుండిన సుఖములు బడయవచ్చు, నాథా! మన రథమిఁక మరలనిమ్ము» అనువారలు «స్వామీ, మా యాలుబిడ్డలఁ జూచుటకు మాకనుజ్ఞయిమ్ము. మాగధసైన్యాగ్నిలో మమ్ముఁ ద్రోయకుమని యాతనిపాదములపైఁబడి ప్రార్థించిరి. చేయునదిలేక యెట్టకేలకు అతఁడంగీకరించి తనసైన్యమును మరల్చెను. కాని తన దేశమును చేరకముందే బాబిలోన్ నగరమున మన్యజ్వరముచే నాతఁడు మృతినొందెను. అతఁడు మృతినొందిన వెంటనే యాతని రాజ్యమంతయు నాతని సేనాధిపతియగు సెల్యూకసు చేతిలోఁ బడెను. వెంటనే యాతఁడు రాజ్యమంతయు నాక్రమించి, తన యధీనమునకుఁ దెచ్చుకొని యభివృద్ధిచేసికొనుచుండెను.

అలెగ్జాండరువలన సహాయమునొందక చంద్రగుప్తుఁడు తిరిగి యింటికి వచ్చుచుండగాఁ ద్రోవలో నందులచేఁ బరిభవింపఁబడినవాఁడును, నందరాజ్య విధ్వంసమొనర్పఁ బ్రతిజ్ఞ గైకొనినవాఁడును, బ్రాహ్మణుఁడునునగు చాణక్యుఁడాతనికిఁ గన్పడి, యుభయుల యుద్దేశము నొక్కటియగుటచే తన మంత్రబలమున నందరాజ్యవిధ్వంసమునకుఁ దాను తోడ్పడుదునని చంద్రగుప్తునకాతఁడు వరమిచ్చెను. సుప్రసిద్ధనీతిశాస్త్రకర్త యగు కౌటిల్యుఁడు తన నీతిశక్తిచే నలికసుందరునిచే నవమానితములైన హైందవ రాజ్యములను బోగుచేసి, వారి సహాయమున నందరాజ్యవిధ్వంసన మొనర్చి, మౌర్య రాజ్యమును స్థాపించి, తన ప్రతిజ్ఞను నెరవేర్చుకొనెను. బ్రాహ్మణుని బుద్ధిబలమును, శూద్రుని బాహుబలమును గలసి నందరాజ్యవిధ్వంసన మొనర్చిన పిమ్మట చంద్రగుప్తుఁడు సికందరుపై క్రోధముఁ దీర్చుకొనఁ దలంచెను గాని, అప్పటికాతఁడు మృతినొందెను. ఇంతలోఁ గాకతాళన్యాయమున, విదేశీయులగు గ్రీకులను జయింపవలెనను సంకల్పము చంద్రగుప్తునకును, హిందూదేశమును పూర్ణముగా జయించి యలికసుందరునికన్న మిన్నయగుకీర్తి సంపాదింపవలెనను తలంపు సెల్యూకసునకు నుదయించుటచే వారి

యు భయంకరము యుద్ధమయ్యెను. ఆయుద్ధమునఁగూడ. చాణక్యుని నీతిశక్తిచే చంద్రగుప్తునికే జయమయ్యెను. అంతట గ్రీకురాజు గ్రీకులు జయించిన భారతవర్షభాగమును తన కూతుతోఁబాటు చంద్రగుప్తునకిచ్చి, రాయబారిగా మెగాస్తనీసును * నియమించి, కన్యాశుల్కముగా ఏనూరేనుఁగులను చంద్రగుప్తునివలన గ్రహించెను. తనపక్షమునఁ బనిచేయుచున్న యొక పార్వతీయ భూపాలుని కుమార్తెను తాను పెండ్లియాడఁదలఁచుకొని యుండఁగా, సెల్యూకసు కుమార్తెనుగూడఁ బెండ్లియాడ వలసి వచ్చుటచే, భారతీయ భూపాలుర యాచారము ననుసరించి, చంద్రగుప్తుఁడు ఆయువతీమణుల నిర్వురనుగూడఁ బెండ్లియాడి, చాణక్యుని సహాయమున నిశ్చింతుఁడై రాజ్యపాలనము చేయుచుండెను.

ఈసందర్భమున అలెగ్జాండరునుగూర్చిన వాస్తవవిషయముల కొన్ని వ్రాసి శాఖాచంక్రమణ మొనర్చినందుకు పాఠకులు మన్నింతురుగాక.

అలెగ్జాండరునుగూర్చి నిష్పక్షపాతముగ వ్రాసిన ప్రాచీనగ్రీకుచరిత్రకారులలో ప్లూటార్కు అను నాతఁడు ముఖ్యుఁడు. ఈతఁడు వ్రాసిన వ్రాతలలోఁ గొన్నిటిని తారుమారుచేసియుఁ గొన్నిటిని విడిచియు, నేఁటిపాశ్చాత్యచరిత్రకారులు చరిత్రలు వ్రాసియున్నారు. భారతీయచరిత్రకారులు దీనిని గమనింపక, దొరలు చెప్పినదే వేదమని తలఁచి కాఁబోలు—వారిననుసరించియే వ్రాసినారు. చరిత్రపరిశోధనలలో స్వతంత్రస్థానము వహించిరని మనమనుకొన్న కె. వి. లక్ష్మణరావుగారుగూడ నిట్టి పొరపాటుచేసిరని చెప్పుటకు చింతగానున్నది. ప్లూటార్కుగ్రంథము లాంధ్రభాషలో లేకుండుట విచారము గానున్నది. కావున ఆంధ్రుల యుపయోగమునకై అందు కొన్ని వాక్యము లుదహరించుచున్నాను.

(1) ఆభీరుల సైన్యమునుగూర్చి:—

There was a certain number of soldiers of the Indians, the warlikest men of all that Country.........did great hurt unto Alexander in diverse places.

వీరు హిందువులలో గొప్పవారు. పెక్కుతావుల అలెగ్జాండరునకు బాధకలుగఁజేసిరి.

---

* మెగాస్తనీ సనుపదము మహాస్థానికుఁడను సంస్కృతపదమునకు సరిపోవుచున్నది. ప్రస్తుతచరిత్రకారులెట్లూహించినను, నేనుమాత్రము మెగాస్తనీసనునది యొకపురుషుని నామము కాదనియు, నొకయుద్యోగము పేరనియు నూహింతును.

2. Alexander having made peace with them in a city where they were kept in, when they came abroad upon surity of this place, which they had made, he met with them as they went their way, and put them all to the sword. There was but this only fault to blemish the honour of his noble deeds in all his wars.

ఆభీరుల సైన్యములుగల యొకనగరముతో సంధి చేసికొని, సంధికారణమున, వారు నిరాయుధులై నిర్భయమున వెలికిరాగా, వారినందఱను జంపివేసెను. ధీరుఁడైన యలెగ్జాండరు చేసిన కార్యములలో నిది యొక్కటియే యాతనికి కళంకముఁ దెచ్చెను.

౩ మల్లులనుగూర్చి:—

In assailing the city of the Mallians (which they say are the warlikest men of all the Indians,) he was almost slain there.

* * * *

At the length he had a blow with a dart on his neck that so astonied him that he leaned against the wall looking upon his enemies. In the meantime, the Macedonians compassing him round about took him, and carried him into his tent half in a swoon, and was past knowledge. Where upon there ran a rumour straight in the camp that Alexander was dead. This notwithstanding, he over came the danger and escaped. * * *

Being very weak, he kept diet a long time to recover himself and never came out of his tent until he heard the Macedonian cry about his tent to see him.

హిందువులందఱిలో మల్లులు మిక్కిలి పరాక్రమవంతులని చెప్పుదురు. వీరిపట్టణము ముట్టడించినప్పుడు అలెగ్జాండరు మృతప్రాయుఁడయ్యెను. యుద్ధమున నాతనికి బాణమొకటి గుచ్చుకొనెను. దానివలన నాతఁడు సొలగూలి, శత్రువులవైపు చూచుచు నొకగోడకు జేరగిల్లియుండెను. ఇంతలో గ్రీకులాతనిచుట్టుమూగి, జాలినొంది, మూర్ఛావస్థలో చైతన్యరహితుఁడైయున్న యాతని నతనిడేరాలోనికిఁ దీసికొనిపోయిరి. అప్పుడు అలెగ్జాండరు మృతినొందెనను వార్త వ్యాపించెను.

కాని, యాతఁడెట్లో ఆయుపాయమునుండి తప్పించుకొని యందుండి పారిపోయెను. మిక్కిలి నీరసముగా నుండుటచే, తిరిగి యారోగ్యవంతుఁడగువఱకును పథ్యముగా నుండి, డేగాలోనే నివసించుచు తనసైన్యము తన్నుఁ జూడవలెనని యేడ్చి మొఱ్ఱపెట్టువఱకు నాతఁడు డేరానుండి పైకిరాకుండెను.

పౌరవునిగూర్చి:—

This last battle against King Porus killed the Macedonian's hearts and made them say that they had no desire to go any further to conquer India. For, finding that they had such ado to overcome them, though they were but twenty thousand footmen and two thousand horse, they spake ill of Alexander when he went about to compell them to pass over Ganjes. * * * * * * * *

Alxander then offended with his men's refusal, kept close in his tent for certain days and lay upon the ground. * * * *

His soldiers came to the door of his tent crying and lamenting humbly beseaching him to lead back agiin.

పౌరవునితో జరిగిన యుద్ధమువలన గ్రీకులగుండె బ్రద్దలయ్యెను. ఇఁక హిందూదేశమున ముందొకయడుగైనఁ బెట్టుటకు వారికిష్టము లేకుండెను.

అంతితక్కువ సైన్యముగల పౌరవుని జయించుటకే యంతకష్టమయ్యెనుగదా పెద్దసైన్యముతోనున్న గంగాతీరవులను జయించుటకు సాధ్యమెట్లగునని భయపడి, గంగాతీరముపైపు యుద్ధమునకుఁ బొండనినందుకు వారు అలెగ్జాండరును నిందించిరి.

* * * * * * * * * *

అలెగ్జాండరు తనసైన్యముపైనలిగి, కొన్నిరోజులు కదలక మెదలక డేరాలో పండుకొనెను.

* * * * * * * * * *

గ్రీకుసైన్యములు డేరావద్దకువచ్చి, తమ యిండ్లకుఁ దమ్ముఁ దీసికొని పోవలసినదని యేడ్చుచు నతని బ్రతిమాలుకొనిరని బ్రాహ్మణులను గూర్చి వ్రాయుచు:—

"The grave philosophers and wise men of India did greatly trouble him also. For they reproved the Kings and princes of the Indians for that they yielded unto Alexander and procured the free cities to take arms against him.

హిందూదేశమునందలి తత్వశాస్త్రజ్ఞులు అలెగ్జాండరుకు చాలబాధనొసంగిరి. అతనికి లొంగిపోయిన రాజులను జీవాట్లుపెట్టి, అలగ్జాండరుపై తిరుగుబాటు చేయునట్లు వారినగరములవారిని ప్రోత్సాహపరచిరి.

హిందూదేశములో అలెగ్జాండరు చూపిన పరాక్రమముఁగూర్చి ప్రాచీనగ్రీకు చరిత్రకారుఁడు వ్రాసిన యీవాక్యములు చాలవా? ఆకాలమునందలి బ్రాహ్మణుల దేశభక్తిని, ఈకాలమునందలి బ్రాహ్మణుల దేశభక్తితో పోల్చిచూడుఁడు.

నాటకరచన.

ఈనాటకకర్త యీచారిత్రక విషయములను చక్కగా గ్రహించి, యిందు వివరించియున్నాఁడు. కావున నీనాటకము సహృదయులకు హృదయంగమమై యుండు ననుటకు సందేహములేదు. ఇఁక నాటకమునందలి కొన్ని మంచివిషయములను చూపెదను.

1 నందులు చూపిన బ్రాహ్మణద్వేషము వలన చాణక్యునకు జనించిన కోపమును గవి యిట్లు వర్ణించియున్నాఁడు.

చం. హరిహృదయంబు దన్ని నిట • లాక్షు ఘనోతిశయంబడంచి, భీ
కరముగు క్షాత్రవంశకుజ • కాండకఠోరకుఠారమై, ధరా
మరునకు గౌరవంబొసఁగి, • మాన్యులకున్ భువిఁగల్పభూజమై
పరమపవిత్రమైయొసఁగు • బ్రాహ్మణతేజము సంస్మరించెదన్.

2 బ్రాహ్మణ విద్వేష • పాపంబునం గాదె
వేయిచేతులవాని • యాయువణఁగె;
బ్రాహ్మణవర్యుని • వంచించుటం గాదె
వేయికన్నులవాని • పెంపణంగె;
బ్రాహ్మణిఁ జెఱపట్టి • గమియించుటం గాదె
రాక్షస చంద్రుఁడు • రహిఁదొఱఁగె
బ్రహ్మర్షివరులని • ర్బంధించుటం గాదె
నహుషుండు సర్పజ • న్మంబుఁదాల్చె

గీ. జపతపోధ్యాన పరులొట • శాంతులొట
బ్రాహ్మణప్రవరులు పర • బ్రహ్మహితులు
రోగి కౌషధద్వేషంబు • రూపుమాపు
బ్రాహ్మణద్వేషమట్టిదే • పార్థివులకు.

ఈకోపమున జనించిన చాణక్యుని ప్రతిజ్ఞ యెంతయుఁ బ్రశంసనీయము.

చం. కలుషితచిత్తులన్ ఖలుల ♦ క్షత్రియమన్యులన్ మదాంధ
దళవధియించుమహాపరశు ♦ రాముని నీవుస్మరించినట్లు నీ
కులమును సంహరించి, నినుఁ ♦ గూల్చెద నీహృదయంబుఁ జీల్చెదన్
కలియుగభార్గవుండని జ ♦ గంబు నుతింపఁగఁ గీర్తి గాంచెదన్.

గీ. నందులకు ఘోరగీవిలయంబ ♦ మందకోప
వహ్నిజనితధూమలతికా ♦ వలయమీశి
ఖావలయము నీహృదయము ♦ క్తనుఁగాని
సంస్కరింప, నిగ్రహింప, ని ♦ స్సంశయముగ.

3 నందునిపైఁగల ద్వేషమున బ్రాహ్మణులును, శూద్రులును, నేకీభవించుట యిట్లు చక్కఁగా చెప్పబడినది.—

సీ. బహుభాండములయందుఁ ♦ బరిఢవిల్లినయట్టి
మృత్పిండ మేకమై ♦ యొసఁగునట్లు
బహుభూషణములందు ♦ భాసిల్లుచున్నట్టి
బంగార మేకమై ♦ పరగునట్లు
బహుధేనువులయందుఁ ♦ బరిఢవించియున్నట్టి
క్షీరమేకంబయి ♦ చెలఁగునట్లు
బహుదేహములయందు ♦ బ్రజ్వలించుచునున్న
పరమాత్మయేకమై ♦ వఱలునట్లు

గీ. మనమహోద్యమమేకమై ♦ యనలమట్లు
శాత్రవుల బూదిసేతుని ♦ స్సంశయముగ
విప్రుడును శూద్రుఁడేకీభ ♦ వించిరేని
యీప్రభుత్వంబు నశియించు ♦ టేమివింత

4 హెలేనా ఆంటియోకసులు ఏకగర్భజనితులు. అయినను ఆవిషయము విస్మృతమయ్యెను. కావున ఆంటిగోకసు హెలేనాను పెండ్లియాడఁదలఁచి యామెను ప్రోత్సాహముచేసెను కాని యామె యంతరాత్మ యందుల కంగీకరింపలేదు. పిదపవాస్తవము తెలిసిన పైఆంటియోకసు పరితపించెను. ఈవిషయము నాటకమునఁ జక్కఁగా వర్ణింపఁబడినది.

ఆ టియోకను మోహమును హెలేనా నిరాకరించుట:—

మ. బలవంతుండు జయించి. దేహాలను నిర్బంధించి దేహంబులన్
బలిమిన్ దుర్చింపఁగవచ్చు, వారి హృదయస్వాతంత్ర్యమున్ బల్మినై
గెలువన్ జాలునె? నీవు నాయెడలలోఁ గడెంచిన నామనో
బలమున్ నీవు జయింపఁజాలుదువె? సంభావింపుమీ ధర్మమున్.

5 చంద్రగుప్తునిపై ఛాయాదేవియు, హెలేనాయును, జూపిన మోహము పునరుక్తి లేకయు వైరుధ్యము లేకయుఁ జక్కఁగా వర్ణింపఁబడినది. అందును, హెలేనాను పెండ్లియాడి యామెతో సింహాసనమునఁ గూర్చుండిన తనమనో నాయకుఁడగు చంద్రగుప్తుని జూచినప్పుడె ఉత్తమస్త్రీయగు ఛాయహృదయమున జనించిన భావపరంపర యీకవి మిక్కిలి నేర్పుతో వివరించియున్నాఁడు.

హృదయమా, దుఃఖింపకుము—అబ్బా—అబ్బా— అసూయాపరిభావము— శరీరము వశమగుచున్నది—

మ. అనసూయన్ వహియించి. యోర్వఁగనుమా. యీ కంపితాంగంబులన్
వనటం జెందగ నేల? తాల్మివలదే? పాదాబ్జముల్ తొట్రిలెన్
కనుదోయిన్ మిలిమిలాఛి పొంగిపొరలెన్ గన్నీరు మున్నీరుగా
మనమా, యీర్ష్య వహింపఁబోలదుసుమా మన్నించి శాంతింపుమా?

దైవికగుణ సంపత్తికిని. అసురగుణ సంపత్తికిని ఛాయాహృదయమున జరగినయుద్ధమిందు మిక్కిలి ప్రశంసనీయము.

6 కాత్యాయనుని పాణినీయమునందలి వేదాంతమును గూర్చిన పిచ్చిహాస్యరసమును జక్కఁగా బోషించుచున్నది. "శాస్త్రవ్యాసంగ భిక్షుకుని నేనెన్నఁడు జూచియుండలేదు. "తత్పురుషః సమానాధికరణః కర్మధారయః" అన్నట్లున్నది. అర్థమేమనఁగా

నీవు పాణినీయముఁ జక్కఁగ బఠించియుందువె.

భిక్షు— లేదు బాబూ.

కాత్యా—

(సాధునిశ్చలదాసు గారి విచారసాగరమున నచ్చటచ్చట పాణినీయ వ్యాకరణమునందలి వేదాంతమును గూర్చి ప్రసంగములు కలవు. అవి చదివినవారికి కాత్యాయను నిజిచ్చి స్వభావ సిద్ధముగాఁ గన్పట్టును.)

ఈనాటకము నిక్కమనోహరములైన విషయములు పెక్కుగలవు. ఈనాటకమునందలి పాత్రరచన ప్రశంసార్హముగానున్నది. అందును పురుషపాత్రలలో చాణక్యునియందును స్త్రీపాత్రలలో ఛాయయందును, మనోహరపాత్రరచనా నైపుణి కన్పట్టుచున్నది.

కాని నాటకరచనలో అవలంబింపవలసిన భావనుగూర్చి నా యభిప్రాయములు భిన్నములుగానున్నవి. కావున ఆవిషయమై యిప్పుడు వ్రాయఁదలఁచుకొనలేదు.

ఈకవికి వృత్తరచనలో మిక్కిలి నేర్పుగలదు. ఇంతకుముందే నేను చెప్పినరీతిగా—చంపకోత్పలములున్న శార్దూలమత్తేభములు ధారాశుద్ధిగలవై యుండును.

ఉ. నాకొక, ఱెక్కపైఁబడు ◆ నాల్గుజగంబులు నాదుకోపమున్
గాకలమగ్గవే? యుడుగణంబులు రాలవె? నేడుచూచెదం
గాక, యెవండునన్నునరి ◆ కట్టఁగఁజాలనె? నీదుభర్తమున్
గైకొని నే వధించెదను; ◆ గాకులు గ్రద్దలు సంతసింపగన్.

మ. వనభాగంబునఁ బంచమస్వరమునన్ ◆ వాసంతవేళన్ బికం
బనురక్తిన్ వహియించి పాడుఁదనలో ◆ నానందముప్పొంగ; నా
ధ్వనిమోదంబునకై మరుచ్ఛలితమై ◆ వల్లీదళంబాడుఁ దా
పనుమాలింపఁగనొప్పు కార్యమునఁ దా ◆ నానందముంబొందెడున్.

ఇట్లు

మంచపాక పార్వతీశ్వరశాస్త్రి,

మనవి.

ఆంధ్రసోదరులకు.—

నేనింతకుఁ బూర్వము విజయ విజయము (లేక) కర్ణవిక్రమము. విచిత్ర వీరబొబ్బిలియను నామాంతరముగఁ బద్మనాయక విక్రమమునను రెండు నాటకముల విరచించి యాంధ్రలోకమున కొసంగితిని. నాయీ నాటకము లాంధ్రభాషాభిమానులచే మిక్కిలి కొనియాడఁబడుటంబట్టి మఱియొండు నాటకము విరచింపనుద్యుక్తుఁడనై యుండుసమయమున, బ్రహ్మశ్రీ ఆదిభట్ల తరిణయ్య సిద్ధాంతిగారు వంగభాషయందు విఖ్యాతికెక్కిన కవిచంద్రులు, ద్విజేంద్రలాల్ రాయగారి నాటకములు రసవంతములని నాకుఁదెలియఁజేసి, తన్నాటకములలోఁ బ్రసిద్ధికెక్కిన చంద్రగుప్త నామనాటకమును సంపూర్ణముగఁ బఠించి నాకుబోధించిరి. శ్రీయుత ద్విజేంద్రలాల్ రాయగారి కథావస్తు విధానమునంతయు బ్రహ్మశ్రీ తరిణయ్య సిద్ధాంతిగారి వాఙ్మూలమున, నాహృదయ ఫలకమునఁ జిత్రించికొని, వారి సంపూర్ణసాహాయ్యముననే, ప్రతిజ్ఞాచాణక్యమను పేరనీనాటకము మిక్కిలి శీఘ్రకాలములోనే విరచించితిని. నేనీ నాటకము సంపూర్తిగ విరచించి నాలుగుసంవత్సరముల పర్యంతము మిన్నకుంటిని. ఇట్లుండ, వేఁగుఁజుక్క గ్రంథమండలి కార్యదర్శిగారగు మ॥ రా॥ రా॥ దేవరాజు కృష్ణారావు పంతులుగారు తమ గ్రంథమండలియందుఁ బ్రకటింప నన్నొక నాటకముఁ గోరిరి. సిద్ధముగనున్న యీ నాటకమె వారికొసంగితిని. ఈ నాటకముఁ బఠించి, మిక్కిలి యానందించి, తమమండలియందుఁ బ్రకటింప నంగీకరించి నన్నెంతయు బహూకరించినందుకు శ్రీ దేవరాజు కృష్ణారావు పంతులుగారికి నేనెంతయుఁ గృతజ్ఞుఁడను. ఈ నాటకమున ముద్రింపఁబడిన యుపోద్ఘాతము బ్ర॥ శ్రీ॥ మండపాక పార్వతీశ్వరశాస్త్రి B. A. గారిచే విరచింపఁబడినది. ఈ నాటకము సాంగముగఁ బఠించి విపులముగ విమర్శించి యనేక నూతనాంశములతో విరచించినందులకు శ్రీ॥ శాస్త్రిగారికి నేనెంతయుఁ గృతజ్ఞుఁడను—గురుతుల్యులును మదీయ ప్రాణమిత్రులునగు బ్ర॥ శ్రీ॥ తరిణయ్య సిద్ధాంతిగారికి ననేకవందనముల సమర్పించుచున్నాను — ఈ నాటకమునంగల మంచిచెడ్డల విమర్శించు స్వాతంత్ర్యముఁ బాఠకమహాశయులకొసంగి. యాంధ్రలోకము ప్రోత్సహించెనేని, శ్రీద్విజేంద్రలాల్ రాయగారి నాటకముల నాంధ్రభాషామతల్లికి సమర్పింప సంసిద్ధుఁడనని యిందుమూలముగ ధనికులగు నాంధ్రభాషాభిజ్ఞులకు విన్నవించుకొనుచున్నాను.

ఇట్లువిధేయుఁడు

భాగవతుల నృసింహశర్మ

గ్రంథకర్త.

శ్రీరామచంద్రాయనమః

ప్రతిజ్ఞాచాణక్యము.

నాంది.

ఉ. ధర్మము సర్వమానవుల దైవతమయ్యది నిర్వహించి, స
త్కర్మము లాచరింపుము; విఘాతమువచ్చినఁ గీడుమూడదీ
చర్మము మాంసపంకిలము శాశ్వత మాత్మకు నాశముండదీ
మర్మమెఱుంగుమంచు ఋజుమార్గముఁ గ్రీడికిఁ జూపి శత్రురా
ణ్మర్మములం గలంచిన రమావిభుఁ డోముత భారతీయులన్.

గీ॥ "శిష్టజనపరిత్రాణాయ దుష్టశిక్ష
ణాయ ధర్మసంస్థాపనార్థాయ సంభ
వామి ప్రతియుగమ్మ" ని నాఁడు పలికినట్టి
పార్థసారథికిన్ శత వందనములు.

ఉ. గాంధికి లోకసన్నుతయుగంధరమంత్రిసమానదివ్యధీ
కంథికి, వాఙ్నిశాతశరకాండవిఖండితశత్రురాడ్
గ్రంథికి, సంధివర్జితపరస్పరరంథకి, సర్వదేశసం
బంధికి భక్తిపూర్వకనమస్కృతులిచ్చెద నిష్ఠసిద్ధికిన్.

(నాంద్యంతమున సూత్రధారుఁడు ప్రవేశించి [illegible]పుఁ జూచి

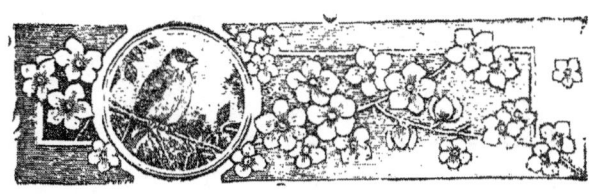

నటీ......(అనిపిల్చును.)

నటుఁడు—(ప్రవేశించి) ఏమి యాజ్ఞ?

సూత్రి—నీవు వచ్చితివేమి?

నటుఁడు—ఎవరైననేమి? కాలయాపనకు.

సూత్రి—కాలయాపనకిది సమయముగాదు. చూచితివా? పరిషజ్జనమును.

నటుఁడు—ఓహో! నేఁడెట్టిసుదినము. అందుకే నాకావులింతలు వచ్చుచున్నవి.

సూత్రి—అనఁగా?

నటుఁడు—వింతలు లేని యావులింతలుండవుగదా?

సూత్రి—అవును. నేఁడొక నూతననాటకముఁ బ్రయోగింపవలెను.

నటుఁడు—నూతననాటకమనఁగా నెట్టిది? పురాణగాథలంగలది యీపరిషజ్జనమున కింపుబెంపదా?

సూత్రి—ఆకాలము గతించినది.

చం. పలుకులఁ జేనెలుట్టిపడు నే పద్యములున్న నుదారభావముల్
గలిగిన, సౌష్ఠవంబుగ నలంకృతులన్ గనుపింపునింపినన్
విలసదనేక పాత్రల ప్రవేశమునం జవులూరఁజేసినన్
వలచిపఠింప రెందు మనవారు పురాణకథాప్రసంగమున్.

నటుఁడు—అవునవును. అట్లయిన నెట్టినాటకముఁ బ్రయోగింపవలెను?

సూత్రి—నిజదేశకథావిధానముంగల నూతననాటకమునంగాని యీసభ్యులానందింపరు.

నటుఁడు—ఆనాటకనామధేయము?

సూత్రి—చంద్రగుప్తనామాంతరముఁగల ప్రతిజ్ఞాచాణక్యము.

నటుఁడు—ఓహో! ఈచరిత్రమెల్లరకుఁ జెఱకుపిప్పియైనది.

సూత్ర—ఇది యట్టిది గాదు. వంగభాషయందు ప్రసిద్ధికెక్కిన ద్విజేంద్రలాలురాయకవి విరచించిన చంద్రగుప్తనాటకమున కనురూపముగ నీరూపకము ప్రతిజ్ఞాచాణక్యము విరచింపఁబడినది—

గీ. అతివిచిత్రంబు వివిధర సాస్పదంబు
భావవిలసితంబతులక థావిధాన
సంయుతంబు, మృదులశబ్ద సౌష్ఠవంబు
నవ్యకావ్యమీ చాణక్య నాటకంబు.

నటుఁడు—అట్లనా? మన యీ యాంధ్రకవింగూర్చి యెఱుంగుదువా?

సూత్ర—ఎఱుంగకేమి?

సీ. ఇరువదియొనిమిది యేండ్ల ప్రాయమువాఁడు
ద్రావిడకులజుండు బ్రాహ్మణుండు
భాగవతులవంశ వారాశిచంద్రుండు
నరసింహమాంగద నర్భకుండు
సూర్యనారాయణ సూరమాంబా తనూ
జాతుండు, పండిత జనసఖుండు
సంస్కృతాంధ్ర సమాన సాహిత్యవిభవుండు
కవితారసో ల్లాసకాముకుండు

గీ. విజయ విజయబొబ్బిలివీర విక్రమాది
నాటకంబుల సుప్రబం ధములను, శత
కముల, నవలలవ్రాసిన కవివరుండు
కాళికాపురాణగ్రంథ కారకుండు.

నటుఁడు—ఈపలుకులకే పరిషజ్జనమానందించునా? నాటకప్రయోగమున మన నేరుపు, కవికూరుపు, వ్యక్తమగును.

సూత్ర—మంచిది. నీవుతత్ప్రయత్నమున నుండుము.

నటుఁడు—నీముఖవిలాసముఁ జూచి నాటకము జయప్రదముగ నుండునని నిశ్చయింపవచ్చును.

సూత్ర—చంద్రగుప్తునకు సెకందరుభవిష్యద్వాక్యముఁ జెప్పినట్లు పల్కితివి. నీవాక్య మమోఘమగుఁగాక. (అని పరిషజ్జనముఁ జూచి)

సీ. కతకజక్షోద సంకలితమై స్వచ్ఛమౌ
సలిలముంబోలుసు స్వాంతమునను
కర్ణకఠోరంబు గా నుంతయున్ సతిఁ
గావింపకుండఁ గేఁ కలవరించి
కళలఁ జేవికసిల్లు జ్ఞానచంద్రికల న
జ్ఞానతమోవినాశనముఁ జేసి
మంచిచెడ్డల నేర్పరించు నిరూఢిచే
హంసలచాతురి ననుకరించి

గీ. అమలభావంబున శరత్తు ననుసరించి
నృహరికృతిరచనాచమత్కృతికి నైన
నాటకముఁ జూడవలయు నానందమొంద
వలయు నాంధ్రదేశీయ విద్వాంసులార.

నటుఁడు—బావా! బాగుగాఁ జెప్పితివి.

సూత్ర—మనకిఁక విలంబమునకు వేళలేదు. రమ్ము—

(ఇరువురు నిష్క్రమింతురు.)

శ్రీరామచంద్రాయనమః

ప్రతిజ్ఞాచాణక్యము.

ప్రథమాంకము:—ప్రథమదృశ్యము.

స్థానము:—సింధునదతటము. కాలము:—సంధ్య.

(యవనసేనాసన్నివేశసమీపమున, సెకందరు, సెల్యూకసు, నస్తమించుచున్నసూర్యునిఁ జూచుచుఁ బ్రవేశించుచుందురు. హెలేన సెల్యూకసు పార్శ్వమున నిల్చియుండును.)

సెకందరు—నీవనినది నిశ్చయము. ఈదేశము మిగుల రమణీయముగనున్నది. దినకాలమునందు ప్రచండమార్తాండుని కిరణములు గాఢనీలాకాశముఁ గాల్చుచుండును. రాత్రికాలమున సుధాకరుఁడు, స్నిగ్ధజ్యోత్స్నాప్రవాహమున లోకము జలకమాడఁ జేయుచుండును. మఱియుఁ దామసీనిశీథములయందు నగణ్యములగు నక్షత్రము లాకసమును కాంతివంతముగఁ జేయుచున్నవి. చూడ సొంపుగనుండుఁగదా? ప్రావృట్కాలమునఁ గృష్ణమేఘమండలము దైత్యసంఘములుంబోలి భీకరగర్జనధ్వనులతో గగనరంగమున నాట్యమాడుచుండును. ఆశ్చర్యమాశ్చర్యము. అభ్రభేదియై ధవళతుషారమాలియై, హిమాద్రి స్థైర్యముఁ జూపుచున్నది. విశాలములగు నదీనదము లుద్వేగమున నెట్లు పరుగులిడుచున్నవో పరికింపుము—.

సెల్యూ—సత్యము. సత్యము. సార్వభౌమా!

సెకం—చూచితివా? ఒకచోఁ దాళవనములు గర్వించినట్లుఁ దలలెత్తి యెట్లునిల్చియున్నవో? ఒకచాయ, విశాలవటవృక్షములు స్నిగ్ధచ్ఛాయల నలుగడల వ్యాపింపఁజేయుచున్నవి. ఒక క్రేవ మత్తమాతంగములు జంగమపర్వతంబులవలె విడంబించుచు, మందమందగతులఁ బ్రకటించుచున్నవి. ఒకఘోర మహాభుజంగములు హింసాపరుల వక్రగతులఁ జూపుచున్నవి. ఒకతావున నుత్తుంగశృంగకురంగములు మౌగ్ధ్యమును వెల్లడిజేయుచు, నిర్జనవనాంతరమున శూన్యదృష్టులఁ జూచుచున్నవి మఱియు నీఖండమును, సౌమ్యాగారదీర్ఘకాంతిఁగల యొకజాతి పరిపాలించుచున్నది. ఈజాతి ముఖమున శైశవసౌగశ్యము, దేహమున వజ్రశక్తియుఁ, జక్షువుల సూర్యదీప్తియు, వక్షస్థలమున నమోఘసాహసము విరాజిల్లుచున్నది. విక్రమాక్రమముఁ దమ్ము జయింపఁగలవారిఁగాంచి యానందించుఁగాని, యించుకంతయు ద్వేషింపదు. పౌరవుని నేను బంధించినప్పు డాతని పలుకుల నీవు వినియుండవా?

సెల్యూ—ఆపలుకులెట్టివి సార్వభౌమా?

సెకం—నేనతనిఁజూచి, నావలన నీకుఁ గావలసినదేమని నేను ప్రశ్నింపగా నాతఁడు:—

చం. గెలుపు తొలంగెనంచు మదిఁ గ్రించుఁదసంబిసుమంత లేక, యూ
దలఁబయికెత్తి ఠీవిఁ గొలఁ దళ్కుఁగురొత్తగఁజూచి పిన్నన
వ్వొలయఁగ క్షత్రియోత్తమునఁ గొప్పగు గౌరవమిచ్చుగింతు, నీ
వలన లభించుఁగాకయువిఁ జక్క విముగ్ధగభీరధోరణిన్.

నేనీవాక్యమునకుఁ జమత్కృతుఁడనై "యీజాతియంతయు నిట్టిభావముఁ గలిగియుండు"నని మనంబునందలంచి తత్క్షణమే పౌరవున కాతని రాజ్యమొసంగితిని.

సెల్యూ——ఉదారభావులకిది వింతగాదు.

సెకం——ఆతనిఁ జూచినంత నపూర్వమగు నుల్లాసము నాకుదయించెను. సామ్రాజ్యము స్థాపించు కోరికతో నే నీఖండమునకు రాలేదు. దిగ్విజయకీర్తి స్తంభము జగతి నెలకొల్పనే తెంచితిని.

సెల్యూ——సార్వభౌమా! అట్లయిన దిగ్విజయము సంపూర్తిఁ జేయకుండఁ బోనుద్యమింప నేల?

సెకం——నాయాశయ మమోఘముఁ జేయుటకు నూతన సైన్యము గావలసియున్నది. సేనాధిపతీ! ఎంతటి యాశ్చర్యము. మాసడను రాజ్యమునుండి వచ్చునపుడు మదీయసేనాపదాఘాతములకుఁ దృణములంబోలి మార్గమునంగల జనపదంబు లణఁగినవిగదా? ఝంఝామారుతముఁబోలు చమూసమూహముచే, నేను శత్రుసేనాసంఘమును ధూమరాశిం జేసితిఁగదా? ఆసియాఖండార్థభాగము, మాసడను సామ్రాజ్యవిజయవాహినీవీరపదభరమునకుఁ గంపింపదా? నియతివలె దుర్వారమై, హత్యవలె కరాళమై, దుర్భిక్షమువలె నిష్ఠురమై, పరాక్రమించు మదీయప్రతాపము, శత్రురాజ హృదయ రక్తసిక్తమగు విజయశకటము నధిరోహించి యాసియాఖండార్ధభాగోపరివక్షస్స్థలమునుండి దాడివెడలెంగదా? అయిననేమి? అడుగిడినయంతఁ బిడుగు వడినవడువున, బ్రారంభముననే, శతద్రునదీతీరమున, నిమహావీరునిచే నాప్రతాపఖడ్గము మొద్దువోయెంగదా? అదియట్లుండె; తక్షశిలానగరమునంగల యంభీభూపాలునియెడ, సంశయాత్ముఁడనై యర్ధరాత్రమున నేఁ గావించిన, ఘోరకార్యమునకు, నామనంబెంతయుఁ బరితపించుచున్నది. అనంతరము, తన్నగరమును వీడి వెడలి, మల్లులతోఁ బోరాటి

జీవచ్ఛవంబనై, బ్రదికివచ్చితి. నీవెఱుఁగవా? మీఁదుమిక్కిలి మనసేనాసమూహము విరక్తిఁజెందె, హిందూదేశమనిన భయమొందుచున్నది—నాయాజ్ఞ ధిక్కరించినది. ఇంతియకాక, మగధరాజ్యము మిక్కిలి బలవంతమైనదని తెలియవచ్చినది.

(అనంతరము, చంద్రగుప్తుసతో నాంటియోకస్. ప్రవేశించును.)

సెకం—ఆంటియోకస్! విశేషమేమి? (చంద్రగుప్తునిఁజూచి) ఈతఁడెవఁడు?

ఆంటి—ఇతఁడొక చారుఁడని తలంచెదను.

సెకం—చారుఁడా? సమాచారమేమి?

ఆంటి—ఇతఁడు మన శిబిరపార్శ్వమునఁ గూర్చుండి, శుష్కతాళపత్రమున నేమియో వ్రాయుచుండఁ జూచితిని, నేనుసమీపించి పరిశోధించితిఁగాని నాకేమియుఁ దెలియకుండెను. అందుచే సార్వభౌముని సన్నిధానమున కీతనిఁ దెచ్చితిని.

సెకం—యువకా! నీవు వ్రాయుచున్న యంశమేమి? సత్యముఁ జెప్పవలెను.

చంద్ర—సత్యమునే పలికెద. రాజాధిరాజా! భరతఖండము సత్యదేవతకుఁ బుట్టినిల్లు.

సెకం.—(సెల్యూకసుఁజూచి, యనంతరము చంద్రగుప్తునితో) మంచిది. నీవువ్రాసినయంశముఁ దెలియఁజేసి, నీదేశగౌరవము నిలుపుకొనుము.

చంద్ర.—విశేషమేమియు లేదు. నేను సార్వభౌమునిశిక్షయు వ్యూహములఁ బన్నువిధానము, యుద్ధసన్నాహ ప్రక్రియ, రణయాత్రామార్గము, మాసకాలమునుండియు గమనించుచుంటి.

సెకం—ఎవనిశిక్షచే నేర్చుకొనుచుంటివి?

చంద్ర—(సెల్యూకసుఁజూపుచు) ఈసేనాధిపతివలన,

సెకం—సెల్యూకస్! ఇదిసత్యమా?

సెల్యూ—సత్యము సార్వభౌమా!

సెకం—(చంద్రగుప్తునితో) అనంతరము?

చంద్ర—సార్వభౌముని సేనాసమూహ మీస్థలమునుండి మగిడిపోవుననివిని, నే నేర్చిన విషయమంతయు నీపత్రమున వ్రాయుచుంటిని.

సెకం—వ్రాయుటలో నీయభిప్రాయ మేమి?

చంద్ర—సెకందరు చక్రవర్తితోఁ బోరాడుతలంపునఁ గాదు.

సెకం—అట్లయిన?

చంద్ర—సార్వభౌమా! నేను మగధదేశ రాజ పుత్త్రుఁడను; చంద్రగుప్త నామధేయుఁడను. మదీయజనకుఁడు మహాపద్మనందుఁడు. నాతమ్ముఁడగు నందుఁడు సింహాసనమాక్రమించి నన్ను వెడలించెను. ప్రతిక్రియకుఁ బ్రయత్నించుచుంటిని.

సెకం—మంచిది. అనంతరము?

చంద్ర—సార్వభౌముని యద్భుతవిజయవార్త నావీనులఁ బడెను. మఱియు నాసియాఖండార్ధభాగ మతనిచమూసమూహముచే విచలితమయ్యెననియు, నదనదీపర్వతంబుల నతిక్రమించి యతని పరాక్రమము వ్యాపించెననియు, నార్యకులరవియగు పౌరవుని జయించెననియు వింటిని. మహావీరశిఖామణియగు, పౌరవుని జయింపఁజాలిన యద్భుతపరాక్రమక్రమము నెఱుఁగఁగోరి, యీసేనాధిపతివలన రణశిక్షాప్రక్రియ నభ్యసించుచుంటిని. అపహృతమైన నారాజ్యము నుద్ధరింపవలయుననియే నాముఖ్యాభిప్రాయము.

సెకం—(సెల్యూకసుఁ జూచును.)

సెల్యూ—నేనిట్లెఱుఁగను. యువకుని యాకృతియు వ్యాఘ్రోరశ

యు నాకు సంతసము గొలిపెను. నేనెఱింగిన యంశములఁ దెలియ జేసితి. విశ్వాసఘాతుకుఁడగునని యెఱుంగను.

ఆంటి—(కఠినముగ) విశ్వాసఘాతుకుఁడెవఁడు?

సెల్యూ—ఈయువకుఁడు.

ఆంటి—అసత్యము. నిశ్చయముగ నీవే విశ్వాసఘాతుకుఁడవు.

సెల్యూ—ఆంటియోకస్! నాస్రియము నీవు విచారింపకుండినను, నాపదవినైన నెఱుంగుదువా?

ఆంటి—ఎఱుంగకేమి? నీవు సేనాధిపతివయ్యు సార్వభౌముని విశ్వాసమునకు భంగము గల్పించితివి.

సెల్యూ—ఆంటియోకస్! (కోపముతో ఖడ్గమొఱనుండి గైకొనును.)

ఆంటి—(చేనున్నఖడ్గము సెల్యూకసుశిరమును లక్షించి విసరును.)

చంద్ర—(తనఖడ్గముతో, నాఖడ్గమును నివారించును.)

ఆంటి—(చంద్రగుప్తునిపైఁ బడఁబోవును.)

సెకం—ఆంటియోకస్! తాళుము. తాళుము.

ఆంటి—(లజ్జచేఁదలవంచుకొనును.)

సెకం—ఈయౌద్ధత్యమునకు నీవు, సామ్రాజ్యమునుండి వెడలింపఁబడితివి. సామాన్యసైనికున కింతటి యౌద్ధత్యమా? ఆశ్చర్యమున మ్రానుపడి నీసాహసకృత్యమును జూచుచుంటిని. నీవింతటి మూర్ఖుఁడవని కలనైన భావించియుండను. శీఘ్రముగ నీదేశమునుండి వెడలుము.

ఆంటి—(లజ్జించుచు నిష్క్రమించును.)

సెకం—సెల్యూకస్! నీయందు దోషమంతలేదు. భావికాలము నించుక విచారింపుము. సామ్రాజ్యాధిపత నేత్రము లరుణితములగునట్లొనర్చుట నినుఁబోలు సేనాధిపతికి క్షేమంకరమా? (చంద్రగుప్తునిఁజూచి) యువకా!

చంద్ర—సార్వభౌమా !

సెకం—నిన్నేల బంధింపరాదు?

చంద్ర—నేఁ జేసిన యపరాధ మెట్టిది?

సెకం—నా సేనాసన్నివేశమున గుప్తచరుఁడవై ప్రవేశింప వచ్చునా?

చంద్ర—ఇదియా యపరాధము. సెకందరు వీరవరుఁడని భావించితిని. ఇప్పుడతఁడు భీరువని గ్రహించితిని. గృహహీనుఁడై, నిరాశ్రయుఁడై, శిష్యుఁడై, వచ్చిన హైందవరాజపుత్త్రునిఁ గాంచి యిట్లు భీతిల్లుటచే, సెకందరుచక్రవర్తి నైజము వెల్లడియైనదని తలంచెదను.

సెకం—సెల్యూకస్ ! ఇతనిబంధింపుము.

చంద్ర—సార్వభౌమా ! నన్ను వధింపకుండ బంధింపఁజాలవు.

(ఒఱనున్న ఖడ్గముఁ జేఁబూని)

ఉ. కేలఁ గృపాణముండఁ, బరికింపఁగరాని ప్రతాపముండ, నా
నాళములన్ మహోకమలకే సమునిరక్తము పాఱుచుండ, భూ
పాలకులన్ జయింపఁగలకే బాహువులుండఁగ, నన్ జయింపఁగాఁ
జాలవు ! నన్నుఁ జంపి చెలికే సాలకుఁ బంపుము మ్లేచ్ఛనాయకా.

సెకం—(ఉల్లాసమున) ఏమిసాహసము !! ఎంతటిధైర్యము !! వీరశిఖామణీ ! వెడలుము. బంధింపఁదగవు. నిన్నుఁ బరీక్షింపనిట్లు పల్కితిని. నిర్భయముగ నీరాజ్యమున కేఁగుము.

చంద్ర—సార్వభౌమా ! నేను నీసాయము నపేక్షించి వచ్చినవాఁడను.

సెకం—మంచిది. మగధరాజ్యసేనాబల మేపాటిది?

చంద్ర—సార్వభౌమా ! వినినంతమాత్రమున భీతిల్లెదవేమో? ఇరువదివేల గుఱ్ఱములు, రెండులక్షలకు మించిన కాల్బలము, నెనుబదివేలరథములు, నాలుగువేలకు హెచ్చిన యేనుఁగులు, గలవని [illegible]

గుదును. మఱియు మూలబలమెంత యున్నదో నిర్ణయించి చెప్పఁ జాలను.

సెకం—(తనలో) అబ్బా! వినినంతమాత్రమున నాహృదయము వ్రీలుచుండ నిఁక నాసైన్యము, భయమునఁగంపించిన నాశ్చర్యమే మున్నది—(చంద్రగుప్తునితో) యువకా! నాభవిష్యద్వాక్యము విని సంతసింపుము. నీరాజ్యమునుద్ధరింపఁగలశక్తి నీకున్నది-దుర్జయపరాక్రమంబున దిగ్విజయ మొందుదువు. నీదేశమున కలంకారభూతుఁడవు. వెడలుము—వెడలుము. సంతసించితిని. (సెల్యూకస్‌తో సెకందరు నిష్క్రమించును)

చంద్ర—(తనలో) తుదకు గొప్పసాయములభించినది—ఊఁ—ఒకసిసాయముతో నేమిపని—దైవమనుకూలముగనున్నఁజాలదా?

(చంద్రగుప్తుఁడు నిష్క్రమించును.)

ద్వితీయదృశ్యము:—శ్మశానప్రాంతము.

కాలము:—ప్రత్యూషము. ఏకాకియైచాణక్యుఁడు ప్రవేశించును.

చాణ—ఔరా! ఈశ్మశానవాటికను దహింపఁబడుచున్న శవముల దుర్గంధము, పవనుని నిశ్వాసమునుసైతము నరికట్టుచున్నది. శునకముల భం భం స్వనములచే ప్రకృతి, నిశ్శబ్దమునుండి మేలుకొనుచున్నది. ఈప్రాతఃకాలదేవి శరీరము వ్రణాంకిత మైనట్లున్నది. ఓసుందరీ! భీభత్సతా! నీసౌందర్యము ప్రశంసనీయము. సుందరి! నీభీభత్సతాసుందరప్రవాహమున జలకమాడఁదలంచియే ప్రతిదినము ప్రాతఃకాలమునకు, నాగ్రామమునుండి యిచ్చటికేతెంచుచుంటిని. నీయందనేకాంశముల నభ్యసించితిని. నీవు నాకుఁ బ్రియసివైతివి. నీమైత్రివలన సంసారమేవగించితిని. ప్రేమను నశింపఁజేసితిని. ఈశ్వరునకనిష్టమగు నత్యాచారమునఁ బ్రవర్తింపఁదలంచితిని. ఓసుందరీ! సంసారమునకు మిక్కిలి దవ్వుగనుండు మఱియొండుతావునకు నన్నుఁగొనిపొమ్ము. నర

కమైన నంగీకరించెదను. సంసారముకంటె మృత్యువైన నాకు మేలుగ నుండు. (అని యాలోచించుచు నిటునటు తిరుగుచుండును. అంత నించుక దూరమున నిరువురు మాటలాడుకొనుచుఁ బ్రవేశింతురు.)

ప్రథ—కాత్యాయనుఁడు తిరుగ నూతనమంత్రియయ్యెఁగదా?

రెండ—కాత్యాయనుఁడెవఁడు. అతనిపేరు శాకతాళుఁడని వినియుందునే?

ప్రథ—అట్లు కాదు. వానిపేరు కాత్యాయనుఁడే. అయిన నేమి శాకము, తాళము రెండుఁదినుబడివస్తువులే—అదియట్లుండ—నేను భావించినది యేమనఁగా.

రెండవ—ఏమి? ఏమీ?

ప్రథ—మహారాజతనిఁ గారాగారమునుండి తుదకు విముక్తునిఁ జేసెను. ఇది యాశ్చర్యకరమైనవిషయము. మఱియు నాతనినే మంత్రిగ నియోగించెను. ఆతనికొడుకుల నేమ్వురఁ జంపి తుదకతఁ—

రెండ—రాజులకిట్టికార్యములు క్రీడావినోదములు.

చాణ—(విని) "విశ్వాసో నైవ కర్తవ్యః స్త్రీషు రాజకులేషు చ"

ప్రథ—ఎవఁడీతఁడు.

రెండ—చాణక్యుఁడు—బ్రాహ్మణుఁడు.

ప్రథ—మనుష్యుఁడగునా?

రెండ—అట్లే వినియుంటిఁగాని నాకట్టి విశ్వాసము లేదు.

ప్రథ—మనమీస్థలమున నుండఁజాలము రమ్ము.

రెండ—ఈ బ్రాహ్మణునిఁ జూచినంత నాశరీరము కంపించుచున్నది.

(ఇరువురు నిష్క్రమించుదురు.)

చాణ—నీచులకీనాఁటికి ద్వేషముగలిగినది. బ్రాహ్మణునిఁ జూచినప్పుడు శుష్కప్రణామమునకైన వారికి హస్తములు లేవు. నానీడ

మైన లోకమునుండుఁ గాక. నానిశ్వాసమున విషజ్వాలయున్నది. నేను దుర్భిక్షుకుఁడను. మూర్తీభవించినమసూచివ్యాధిని, నేఁజచ్చియు జీవించియేయుందును.

(కాత్యాయనుఁడుప్రవేశించును)

చాణ—హే......హే......హే...... ఈనిస్సహాయదరిద్రబ్రాహ్మణుని పాదమున, నీచకుశాంకురము సహితము గ్రుచ్చుకొనియుఁ దలచూపుచున్నది. ఈకుశాంకురము నిర్మూలమగుంగాక. (అనికుశాంకురముఁ బెల్లగించి రాతిపైఁ నఱుగఁదీయును,) ఆఁ, ఇప్పటికి నీ గర్వ మణంగినదా? ఈబ్రాహ్మణుని పాదమునఁ జొచ్చియుఁ దలచూపెడవా!

కాత్యా—(సమీపించి) నమస్కారము.

చాణ—ఎవఁడవురా నీవు?

కాత్యా—నందమహారాజుగారి మంత్రిని కాత్యాయనుఁడను.

చాణ—నందుఁడా? అతఁడు మహారాజుగారా? నీవాతనిమంత్రివా? కాత్యాయనుఁడవా? ఊఁ...ఊఁ...దూరముగనుండు.

కాత్యా—అట్లనఁదగదు. నేజేసిన యపరాధమెట్టిది?

చాణ—నీయందపరాధమేమియు లేదు. మీమహారాజుగారి యపరాధమేమియులేదు, ఈశ్వరునియపరాధమేమియులేదు. అపరాధమంతయు నాయందేయున్నది. నాబ్రహ్మత్వమునకుఁ లోపముండుటయే నాయపరాధమునకుఁ గారణము. ఈశ్వరుఁడఁట. ఎవఁడో యున్నవాఁడట. వాఁడు నాగృహమును శూన్యముం జేసి నాగృహలక్ష్మిని బలాత్కారమున నపహరించుటయు నాయపరాధము. చోరులు నాప్రియకన్యకను దొంగిలించుటయు నాయపరాధము. ఈనాటికి దరిద్రబ్రాహ్మణుని పాదమునందీ తుచ్ఛకుశగుచ్ఛము

గుచ్చుకొని తలచూపుచుండుటయు నాయపరాధము. (కుశాంకురముఁజూచి) ఎట్లుంటివి? ఈపై నెప్పుడైన నన్ను బాధించెదవా?

కాత్యా—చాణక్యా! కార్యార్థినై యీదినము నీకడకు వచ్చితిని.

చాణ—మంత్రిమహాశయా! ఏలరావలెను? నాకేమున్నది. ఈయగ్నికుండమున్నది. మఱియు నీకుటీరముమాత్రమున్నది. కావలసిన, నీకుటీరమును దహింపఁజేయుము. పూర్వకాలబ్రాహ్మణ ప్రతాపమిానాడున్న—

కాత్యా—బ్రాహ్మణప్రతాపము లేకున్నదా? పాణిని చెప్పునది యేమనగా?

చాణ—(స్వగతము) అయ్యది స్వకీయదోషము; జగతియందుగల సమస్తవిద్యను, యశమును, తుమును తనస్వాధీనముఁ జేసికొన సాధ్యమగునా? శరీరమునకాహారము లేకున్న మస్తిష్కమభివృద్ధిఁబొందునా? తుదకు పతనము సంప్రాప్తమగును. సుందరీ! నీవు చెప్పితివిగదా! సహింపవచ్చునా? మఱియు నధఃపతనమేల ప్రాప్తింపరాదు?

కాత్యా:—మీారు మౌనము వంహించిరేల? నేనవనిఁగోఁబలుకుచుంటినో యెఱుంగరా?

చాణ॥ ఆఁ......... అధఃపతనము. అధఃపతనము............ ఎంతటిది? ఒక్కుమ్మడి పర్వతశిఖరమునుండి గభీరగహ్వరమునకు...... నేటికి బ్రాహ్మణుఁడు............ఆగహ్వరమునుండి, యంధకార బంధురమైన గర్తమునకు, నచటినుండి మఱియొండు నంధకారగహ్వరమునకుఁబోయి పతనశీలుఁడయి తలవంచుకొనియున్నవాఁడు. అన్యపరిత్యక్తతండులకణముల నాయత్తముఁ జేసికొని జీవించుచున్నవాఁడు. సిగ్గయిన లేకున్నది. ఒకప్పుడెవనిజన్మదినంబులఁగాంచి, దేవేంద్రుఁడైరావతమ్ము

నుండిదిగి మన్నించెనో, ఎవనిపదాఘాతచిహ్నమాదినారాయణుని వక్షోభాగము నలంకరించెనో. యట్టిబ్రాహ్మణుఁడు నేఁడు నామమాత్రమునకు జన్నిదంబులఁదాల్చి, భిక్షకొఱకుఁ బదువుర వేసుకొనుచున్నవాఁడు. ఆహా! ఔరా! కాలమహిమ!! ఇంతకంటె హెచ్చుగ నథఃపతనముండునా?

కాత్యా—తిరుగ బ్రాహ్మణ్యము తేజోవంతమగునేమో?

చాణ—అసంభవము. వారిక్షమ నశించినది.

కాత్యా—ఏమి? ఇప్పటికైన, మంత్రిగనుండువాఁడు బ్రాహ్మణుఁడేగదా? పురోహితకర్మలకు బ్రాహ్మణుఁడే నియోగింపఁబడుచున్నవాఁడు. విదూషకుఁడుసహితము బ్రాహ్మణుఁడే. విధ్యుక్తకర్మవిధానమున బ్రాహ్మణుఁడగ్రగామియైయున్నవాఁడు. ఈగౌరవజాతి యిప్పటికైన స్వర్ణసూత్రముఁబోలి సమస్తసమాజముల నలంకరించుచున్నది.

చాణ—బ్రాహ్మణ్యమునకు నిశీథము సమీపించినది. అటు చూడుము.

కాత్యా—బ్రాహ్మణుఁడు నిజప్రభుత్వమనుభవించుచున్నవాఁడు. తిరుగ తనజాతి నుద్ధరింపఁగలఁడు. నేనట్టియభిప్రాయముననే నిన్ను సమీపించితిని.

చాణ—ఏయభిప్రాయమున?

కాత్యా—మిమ్ము మహారాజుగారి మాతామహుని శ్రాద్ధమునకుఁ బౌరోహిత్యము నిర్వర్తింప—

చాణ—మంత్రిమహాశయా! దౌర్భాగ్యకుక్షింభరబ్రాహ్మణుఁడను. నాకు భక్షింప నన్నము, ధరింప వస్త్రము లేకుండుఁగాక. రాజపౌరోహిత్యమునకుమాత్రము రాఁజాలను. ఇఁకపై నీలోకమున, నీజన్మమున, నీబ్రాహ్మణుఁడట్టి కార్యముఁ జేయఁజాలఁడు, క్షాత్రదాస్యమనిన నేవగించెదను.

కాత్యా—బ్రాహ్మణా! వినుము.

చాణ—వినఁజాలను. ఇది యేమి? అత్యాచారము! నాయింట నగ్నికుండము సమీపమునఁ గూర్చుండి దుఃఖించెదఁగాని యట్టికార్యమున కొడంబడఁజాలను; రాఁజాలను.

సీ. వనభూమిరుహదత్త । పరిపక్వఫలముల
భక్షించి స్వేచ్ఛగా । బ్రదుకవచ్చుఁ
బ్రకృతికాంతాదయా । రసముఁబోలిననదీ
వాఃపూరముఁగ్రోలి । బ్రదుకవచ్చు
మానావనార్థంబు । చీనాంశుకము లేల?
వల్కలంబులఁగట్టి । బ్రదుకవచ్చుఁ
దతహంసతూలికా । తల్పంబులవి యేల?
మ్రాకునీడఁబరుండి । బ్రతుకవచ్చు

గీ. బ్రదుకులేకుండిన౯ జావ । వచ్చుఁగాక
దుర్మదాచ్ఛాదితాత్ములై । దుష్టులగుచు
నఖిలజనులజీవనముల । నపహరించు
ప్రభుదురాత్ముల సేవించి । బ్రతుకఁదగునె?

కాత్యా—పురుషుని యాక్రందనమున శోభయావంతెయు లేదు.

చాణ—లేకుండుఁగాక. (ఇంచుక యాలోచించి) మంత్రిమహాశయా! నేనేమి చేయఁగలను! భాగ్యవిపర్యయము సంభవించునపుడేమి చేయవచ్చును! ఇంతియేగాక, నాకన్యాపహరణమున నామేరుదండము భగ్నమైనది.

కాత్యా—(స్వగతము) ఈతనికీపాటియైనఁ గోమల ప్రవృత్తి యున్నదా?

చాణ—రాత్రికాలమున నేను కార్యాంతరమున, నొక స్థలమునకేగి వచ్చునప్పటికి నింట నాభృత్యుఁడు మైమఱచి భూమిపైఁబడి

యుండెను. నాకుమారికశయ్యపైఁ గానరాకుండెను. వెంటనే నాశరీరమున రక్తము ప్రజ్వలించెను. నేత్రముల నంధకారమావరించెను. తప్తబాష్పములు జలజలమని రాలెను. అనంతరమున్మత్తునింబోలి తల్లీ! తల్లీ! యని యేడ్చుచు మార్గమునఁ బడుచు లేచుచుఁ బరువులిడితిని. సమీపవనాంతరమునఁ బక్షుల కలకలధ్వనిమాత్రము వినఁబడుచుండెను. నదీతీరమునకేగి తల్లీ! తల్లీ! యని యఱచుచు నదీజలములఁ బడితిని. ఆయంధకారమునఁ గూలంకషముగఁ బ్రవహించుచున్న నదీధ్వనిలో “గతించె, గతించె” నని మాత్రము నాచెవులఁబడెను. భూమిపైఁబడి మూర్ఛిల్లితిని.

కాత్యా—మీరు మనీషావంతులు. కేవల మధీరు లగుట భావ్యమా?

చాణ— అధీరుఁడనా? భోరుమని యేడ్చుచుంటినా? అవును. అవును. నాయశ్రుజలముచేఁ బృథ్వియంతయుఁ దరంగితమయ్యెను. ఆ యశ్రుజలము నిమిషమాత్రమున నింకెను. మఱియు నాలో నశ్రుజల మధికముగఁ బూర్ణించినట్లూహించెదను. ఇంతియేగాక నాబుద్ధి యవిచారమునకు నత్యాచారమునకు, నాస్తిక్యమునకుఁ బరిణమించుచున్నది.

కాత్యా—క్రమక్రమముగ సర్వము మార్పుఁజెందును. ఆకసంబున వ్యాపించిన మేఘ మెంతకాలముండును. ఏకాకివై వ్యర్థముగ విచారింపకుండ నూతనోద్యమమునకుఁ బ్రయత్నింపఁదగును. కర్మప్రవాహమున నీఁదులాడవలెను. కర్మమయమగు సంసారము నిర్వర్తింపవలెను.

చాణ—అట్లాచరింపవలసి యున్నదా?

కాత్యా—సుఖదుఃఖములు మానవజీవనములందు స్వాభావికములు. ఆలోకాంధకారములు కాలవికాసములు. మీరు దుఃఖమధి

కముగఁ బొందియుండవచ్చును. నేనాదుఃఖ మెఱుఁగఁజాలకుండ వచ్చును. నందమహారాజు నాజ్ఞాశృంఖలమునకు బద్ధుండనై, కారాగృహంబునఁ గొడుకులేకుపుత్రతో నివసించి, తుదకు, రాజాజ్ఞచేఁ గుమారులెల్లఱుఁ జంపఁబడుచుండఁ జూచియుఁ జావలేక, దుఃఖమంతయు దిగమ్రింగి యిట్లు, జీవచ్ఛవంబుఁ బోలి జీవించుచుంటిని.

చాణ—నీవాతని మంత్రివిగదా?

కాత్యా—అవును. మహానుభావా! ప్రతిక్రియ నిర్వర్తింపఁ దలంచియే తిరుగ వానికొలువంగీకరించితిని. అంగీకరింపకున్న నిరాహారముననే జావవలెఁగదా? చాణక్యమహాశయుని తోడ్పాటు నాకుఁ గావలసియున్నది.

చాణ—క్షత్రియాధముఁడు తన యత్యాచారమును బ్రాహ్మణులపైఁ బ్రయోగించెనేమి? ఓసుందరీ! కుటిలా! నీవు మనోహరతీవ్రదృష్టి నాపై నిగిడించుచుంటివా? నీయాజ్ఞకు బద్ధుఁడను.

కాత్యా—బ్రాహ్మణుని లుప్తతేజము తిరుగ రేకెత్తుఁగాక. నేనిప్పుడు నందుని మంత్రిని. నీవు సహితము పురోహితుఁడవు గమ్ము. ఈబ్రాహ్మణులిరువురు నేకీభవించి క్షత్రియాధముని శిక్షింపక తప్పదు. భరతఖండ మెంతకాల మీలోకంబున వెలయుచుండునో, యంతకాలము బ్రాహ్మణప్రతాపము విజయధ్వజముఁ బోలి చెలంగుఁగాక. సోదరా! రమ్ము, నన్నాదరింపుము.

చాణ—(ఇంచుక యాలోచించి) మంచిది; నేనీ రాజపౌరోహిత్యమున కంగీకరించితిని. స్వీకరించితిని. నేను సర్వమెఱుంగుదు. విశ్వసింపఁదగని బౌద్ధయుగమును నశింపఁజేసెదంగాక! బ్రాహ్మణునకు సంభవించుదారుణమును, నధర్మమును, మొదలంటఁ బెల్లగించెదను. ఈయడవియందుండ నేల? బ్రాహ్మణ్య మెచటనున్నదో పరిశోధించెద. బ్రాహ్మణ్యమును రక్షింపక తప్పదు. బ్రాహ్మణప్రళయమునకుఁ బూర్వ

మీ కలియుగంబును, బ్రాహ్మణ్యము, ద్వాదశ మార్తాండతేజోవంతమై దహింపఁజేయుఁగాక. నేను వచ్చెదను.

చ. హరిహృదయంబుఁ దన్ని నిట । లాక్షుమనోతిశయంబణాచి భీ
   కరముగ క్షాత్రవంశకుజ । కాండకఠోరకుఠారమై ధరా
   మరులకు గౌరవంబొసఁగి । మాన్యులకున్ భువిఁ గల్పభూజమై
   పరమపవిత్రమై యెసఁగు । బ్రాహ్మణతేజము సంస్మరించెదన్.

కాత్యాయనా! నాకు మార్గదర్శకుఁడవు గమ్ము రమ్ము.

(ఇరువురు నిష్క్రమింతురు.)

తృతీయదృశ్యము. మహానందుని ప్రమదోద్యానము.

కాలము:—రాత్రి

(ప్రవే)—మహారాజనందుఁడు, పరిషద్గణము, సానులు.

సానులు—(నృత్యగీతముల నభినయింతురు.)

ప్రథము—ఇఁక యీ యాటపాట చాలించండే; జావళీలు పాడండి.

ద్వితీ—అవునురా! జావళీలు సరస్వతికి బావళీలురా.

తృతీ—"జాణా తనపు మాటాలింకా" జావళీ పాడండి.

సానులు—జాణా తనపు మాటాలింక చాలు నిల్పరా సామి చాలు నిల్పరా" అని పాడుచు నాడుచు నభినయింతురు.)

ద్వితీ—ఛీ! ఛీ! ఇదేమి పాటే! గమ్మత్తు లేమీ లేవు.

ప్రథము—సానమ్మ! నువ్వు చక్కనిదానివేమో, చంద్రుని వెక్కిరించూ

తృతీ—నెత్తికి మత్తు బాగా ఎక్కిందిరా!

ద్వితీ—నాముఖంచూచి వెక్కిరించమను. చంద్రుని వెక్కిరించినట్లే.

నందు—(అట్టహాసముఁ జేయును.)

తృతీ—(ద్వితీయునిఁజూచి) ఒరే! నీబట్టకు పసుపెక్కడిదిరా!

ద్వితీ—ఊరుకో సంధ్యావందనములో నేమన్నాడో యెఱుగుదువా! ఏరాత్రి చేసిన పాపం, ఆరాత్రే విడిచిపెట్ట మన్నాడు. ఇప్పుడా వ్రాసెందుకు ఊరుకోరా !

నందు—(నవ్వుచుండును.)

ప్రథము—సానిగారూ! అభినయంపట్టగలవేమో, నాముక్కుమీఁద అభినయంపట్టూ. (అని అట్టహాసముఁ జేయును.)

ద్వితీ—సానీ! నీకు మగఁడున్నాఁడూ?

సాని—లేకేమండి—(తాని యొక్క బంగారు నాణెముఁ జూపును.)

తృతీ——పద్యాలు చదవండే.—

ద్వితీ—పద్యాలు నాకు బోధపడవు—

తృతీ—అయితే హిందూస్థానిగుమికీలు పాడండే; పాడండి.

ద్వితీ—గుమికీలేమిటిరా ? టుమికీలు టుమిరీలు.

సానులు—ఓలమ్మో! గుమికీలూ?

ప్రథ—టుమిరీలు ప్రూలీలు ఊచండిరా—ఔనే! ఈనుస్య మీాపంతులు దెబ్బలుతిన్నాఁడఁట,

సాని—అవునండి. సాధారణంగా నేను వారింటికే ఎల్తూంటాను. ఒకమారు వారే మాయింటికొచ్చారండి—అప్పుడింట్లో సరసులకీ ఈరికీ పెద్దజట్టీ పుట్టిన మాట నిజమండి.

ప్రథ—(తృతీయునితో) నువ్వుకూడా అందులో నున్నట్లుంది.

ద్వితీ—సందేహమే? సాంతిలేని కషాయమా ?

నందు—మీాకు "సరిగమపదనిసలు" వచ్చునా ?

సానులు—చిత్తం మహాప్రభూ! అన్నీ కంఠదావచ్చును.

నందు—రాగా లెన్ని కంఠదావచ్చును.

సానులు—(ఒకరి ముఖ మొకరు చూచుచు నవ్వుచుందురు.)

ప్రథ—మాకు కొన్ని రాగాలు చెప్తారూ? రాసుకొని కంఠదా పెడ్తాము.

తృతీ—వెర్రి వెంగళప్పా! నోరు మూయి.

ప్రథ—సాసీ! కాఫీలో హిందూస్థానిపూరీ మిళాయించి ఒక టుమిరీ వదులూ!

ద్వితీ—అహాహా! ధన్యాసి, ధన్యాసి—

తృతీ—ఖరహరప్రియ వచులే.

ప్రథ—ఖరహరప్రియయంటే?

ద్వితీ—ఖరమనగా గాడ్దె; హారమనగా దానిని చంపుటయందు ప్రియయనగా ఇష్టముగలది అనగా, ఆ రాగము పాడినట్లయితే, గాడిద సహితం, విని, సహించలేక చచ్చిపోతుంది. మనవారు పెట్టిన పేర్లలో తక్కువ అర్థంవుంటుంది?

ప్రథ—అవును. అవును. గాడిద కూడా "సంగీతానికి నేను. చక్కదానికి మాఅప్పవుంటే" అందట—

ద్వితీ—తప్పు. తప్పు. "సంగీతానికి నేను. చక్కదనానికి సాని."

తృతీ—అందులో "అప్ప" అని చేర్చేవు కావూ బావా!

ద్వితీ—ఛీ! నోరుమూయి—

ప్రథ—ఇది రాజసభ అనుకున్నారా! మీయిల్లనుకొన్నారా?

(అంత చాణక్యుఁడు ప్రవేశించును.)

చాణ—మహారాజా!

ప్రథ—ఎవఁడితఁడు?

ద్వితీ—నీవాకాసమునుండి దిగివచ్చిన చంద్రుఁడవేనా?

తృతీ—నాట్యమాడఁగలవా ?

నందు—నీవెవఁడవు ?

చాణ—నేనా?—ఎవఁడనా ! ఊఁహూఁ—బ్రాహ్మణుఁడను.

ప్రథమ—ఇక్కడ నీకేమీ లభింపదు. వెళ్ళవయ్యా !

ద్వితీ—స్త్రీలు, గోవులు, బ్రాహ్మణులు, నుండఁదగిన స్థలము కాదిది.

తృతీ—నిష్కామజాతి.

నందు—ఎందుకీ రాక.

చాణ—అజ్ఞానాంధకారమణఁచి, జ్ఞానచంద్రికల వెదఁజల్లుటకు మహారాజా ! బహుభాషలేల ? నీమాతామహునిశ్రాద్ధమునకుఁ బౌరోహిత్యము నిర్వర్తింపవచ్చితిని.

నందు—నిన్నెవ్వఁడాహ్వానించెను?

చాణ—మంత్రి.

నందు—మంత్రియాహ్వానించెనా ? అతనికడకేగుము.

చాణ—సరియే. అది యట్లుండ, నీమఱంది నన్నవమానించెను.

ప్రథ—అవును అతఁడవమానింపకేమి ?

ద్వితీ—మహారాజుగారి మఱంది యవమానించినఁ దప్పేమి ?

తృతీ—అతఁడేమ హత్యలఁజేయుట కధికారమున్నది. చావకుండ బ్రదికినందుకు సంతోషింపరాదా ?

చాణ—చీ ! తుచ్ఛులారా! నాలుకలఁ దుంచుకొనుఁడు.

నందు—నిన్నవమానించినయంతమాత్రమున నీకు వచ్చిన నష్టమేమి ? అతఁడు మహారాజుగారి మఱందియని యెఱుంగవా ?

(అంత వాచాలుఁడు ప్రవేశించును.)

వాచా—(చాణక్యునితో) నన్ను నీవు సామాన్యునిగ నెంచితివేమో ? మహారాజుగారి భార్య సహోదరుఁడను. మఱియు మహా

రాజుగారి తండ్రి, శ్రీ శ్రీ శ్రీ మాతండ్రిగారికి మఱందియగుదురు. అనఁగా, వియ్యంకులు. మహారాజుగారి కుమారులనగా నాసోదరీ కుమారులు. నాభాగినేయులనగా నాకు మేనల్లుండ్రగుదురు. నేను సామాన్యుఁడనా? భగినీభాగ్య విభవుఁడనని యెఱుఁగవా? నేనవమానించినఁ జాలునని, యెందఱో చూచుచుందురు వైదిక జనుఁడా ?

నందు——(చాణక్యునిఁజూచి) నీ వీ స్థలమునుండి వెడలుము. మేమిప్పుడు విచారింపము. ఇది సమయముగాదు.

చాణ——అవును. నీవేల విచారించెదవు. ఈనాఁటి బ్రాహ్మణుఁడా నాఁటి బ్రాహ్మణుఁడుగాఁడు. అందుచే క్షత్రియుఁడనాయాసముగ, బ్రాహ్మణుల సంపదల నపహరించి, నిర్భయముగ ననుభవించుచున్నవాఁడు. ఆనాఁటి బ్రాహ్మణ్య మీనాఁటి బ్రాహ్మణుల కుండిన, సింహాసనమున నీవుండఁగలవా? అయిన నించుక బ్రాహ్మణతేజ మీయుగమున నున్నదని యెఱుఁగుము.

వాచా——బ్రాహ్మణుని ప్రతాప మే నెఱుంగుదును. మహారాజుగారి స్యాలకుని ప్రతాప మీ వెఱుఁగవలసియున్నది.

చాణ——అవును; ఎఱుంగవలసియున్నది. నేఁ జేయఁబోవు ప్రతిక్రియకు మీరు సహితము సిద్ధముగ నుండుఁడు. (అని నందుని తీవ్రదృష్టిఁజూచును.)

నందు——ఎంతటి పొగరుఁబోతుఁదనము. రాజసభాంతరాళంబున నిర్భయంబుగ నాపైఁ గ్రూరదృష్టిసిగుడించుచుంటివి. దరిద్రభిక్షుకా! శీఘ్రముగ నావలకుఁ బొమ్ము.

చాణ——కలియుగబ్రాహ్మణుఁడననియా తృణీకరించుచుంటివి! వీనులార వినుము. క్షత్రియుఁడు బ్రాహ్మణునిఁ జూచి శీఘ్రముగ నావలకుఁ బొమ్మనుచున్నవాఁడు. చీ! చీ! అగ్నివర్షము లేదేమి ? పృథ్వి కంపింపలేదు. చుక్కలు రాలలేదు. దిక్కులు కూలలేదు.

సప్తపాథోనిధులింక లేవు. ప్రళయకాలఝంఝానిలంబు విజృం
భింపలేదు. సర్వము స్థిరముగ నున్నది. ఏమాశ్చర్యము ఏమా
శ్చర్యము.

నందు — నీ వర్ధచంద్రప్రయోగముఁ గాని విడలవు.

చాణ — ఓ భగవతీ! వసుంధరా! ద్విభాగములంగమ్ము. బ్రాహ్మ
ణుఁ [illegible] అశ్లీలవై నిజనామము సార్థకముఁ జేయుచుఁ జూచుచు మిన్న
కుంటివా? జగతికి విదూరిపిన్నై భిక్షాటనముఁ జేయుచు జీవించుచుండినను
నీవు లజ్జింపకుంటివా? శక్తిసామర్థ్యములు గల నీవు నన్నుఁ లోనికింగొ
నుము. కపిలుని తేజము స్ఫులింగవర్షమున, నీచదర్పమును భస్మీకరింపఁ
జేయదా? అట్టి మహాత్తర తేజము నాకొసంగవేమి? ఒసంగకున్న, క్షు
ద్రమై ఘృణితమై దళితమై భయంకరకంకాళమై, యెసంగు నీముఖ
మండలము నెన్నడుం జూడను. రసాతలంబునకైన నేగెదంగాక. నరకకూ
పంబునఁ గుప్పింగెదగాక. ఛీ! ఛీ! ఎంతటిధౌర్త్యము!!

నందు — ఉన్మాదప్రలాపముల వినుటకు మాకిది తరుణముగా
దు వాచాలా! ఈతని నావలకుఁ దొలంగింపుము,

వాచా — దరిద్రక్షుద్రబ్రాహ్మణాధమా! ఆవలకు రమ్ము.

(అని చాణక్యుని శిఖఁ బట్టుకొనును.)

చాణ — అవును వచ్చెదను. పోవుటకుఁ బూర్వమింకొక చెప్ప
వలసియున్నది. నందమహారాజా! నీవీకలియుగమున విశ్వధ్వంస వం
శీయమగు బ్రాహ్మణ్యముఁ జూడవలసియున్నది. నీసంపదనంతయు ధ్వం
సముం జేయకున్న, చణకమహామునికిఁ గుమారుండఁ గాఁజాలను. నీర
క్తరంజితహస్తముఁ గాని యీశిఖను బంధింపఁజాలను. ప్రతిజ్ఞఁ బ
లుకుచున్నవాఁడను. మఱియు భవిష్యద్వాక్యముఁ జెప్పుచున్నవాఁడ
వినుము. ఇంకపై నెప్పుడైన నొకప్పుడీదరిద్రబ్రాహ్మణుని పాదముల
పైఁబడి ప్రాణదానమునకై నన్ను వేడుదువు. నేనుమాత్రము నిన్నుఁ

గా పాడఁజాలను. ఈబ్రాహ్మణుని తపశ్శక్తియు, నీబ్రాహ్మణుని ప్రతిభావప్రభావము నీబ్రాహ్మణుని ప్రతిజ్ఞానిర్వహణము, నీబ్రాహ్మణాభిశాపతేజము, నీబ్రాహ్మణ క్రుద్ధవిక్రమము, నీబ్రాహ్మణదుర్జయ ప్రతాపమును, నీవు నిశ్చయముగఁ జూడఁగలవు. అనుభవింపఁగలవు. పశ్చాత్తాప మొందఁగలవు. మేలుకొనియుండుము.

సీ. బ్రాహ్మణవిద్వేష । పాపంబునం గాదె
వేయుచేతులవాని । యాయువణఁగ
బ్రాహ్మణవర్యుని । వంచించుటం గాదె
వేయుకన్నులవాని । పెంపణంగె
బ్రాహ్మణిఁ జెఱపట్టి । రమియించుటం గాదె
రాజైనచంద్రుండు । రహిఁదొఱంగె
బ్రహ్మర్షివరులని । ర్బంధించుటం గాదె
నహుషుండు సర్పజన్మంబుఁ దాల్చె

గీ. జపతపోధ్యానపరులౌట । శాంతులౌటఁ
బ్రాహ్మణప్రవరులు పర । బ్రహ్మహితులు
రోగికౌషధద్వేషంబు । రూపుమాపు
బ్రాహ్మణద్వేషమట్టిదే । పార్థివులకు

చ. కలుషితచిత్తులన్ ఖలుల । క్షత్రియదుర్జనులన్ కుఠారధా
రల వధియించునాపరశు । రాముని నీవు స్మరించునట్లు నీ
కులమును సంహరించి నినుఁ । గూల్చెద నీహృదయంబుఁ జీల్చెదన్
కలియుగభార్గవుండని జ । గంబునుతింపగఁ గీర్తిఁ గాంచెదన్

గీ. నందకులఘోరవిపినంబ । మందకోప
వహ్నిజనిత ధూమలతికా । వలయమీశ్మ
శానలయము, నీహృదయర । క్తమునఁ గాని
సంస్కరింప; నిద్రింపని । స్సంశయముగ

(అని నిష్క్రమించును.)

నందు—ఉన్మాదరోగి. పోనిండు- బ్రతుకనిండు.

వాచా—గగనమునుండి వచ్చినవాఁడా యేమి? సీనియబ్బ మఱియొకండు పౌరోహిత్యమునకు రాఁగలండు. నేను శాంతపురుష చక్రవర్తిని. ఇంచుక శాతించి శాంతించి కుత్తుకఁ బట్టి యీవలకుఁ దోలఁగించితి. ఇయ్యది హాయపరాధమా? నాకపరాధమున్నదా?

నందు—దోషము నీయందున్నది. బ్రాహ్మణుఁడనియైన విచారింపవలదా? కుత్తుకఁబట్టి యేల తోలఁగించితివి?

వాచా—ఏలతోలంగించితినా? ఏనెవండను? మహారాజుగారి శ్యాలకుఁడను.

ప్రథ—మీఁదుమిక్కిలి మహారాజుగా రాతని భగినీపతి.

ద్వితీ—సందేహమేమి? ఇతనితండ్రి మహారాజుగారి మామగారు.

తృతీ—అవును. అవును. మంచిపనియేయైనది.

నందు—సంతోషమునకు భంగమువచ్చినది.

ప్రథ—మహారాజా! భంగమునకేమున్నది? నూతనాంశము గన్పట్టినది.

ద్వితీ—అహాహా! చూడసొంపుగనున్నది.

ప్రథ—శ్రాద్ధములయందైన నిట్టివింతఁ జూడఁబోము. మఱియు నీస్త్రీల నృత్యగీతములయందైన నిట్టిసంతోషముండదు.

ద్వితీ—ఇదియొక విధమైన బ్రాహ్మణశ్రాద్ధము.

ప్రథ—తెలియునట్లు చెప్పుము.

ద్వితీ—శ్రాద్ధములు మూఁడువిధములు. తండ్రిశ్రాద్ధమొకటి దానికి శ్రాద్ధమనియే యందురు. స్త్రీలశ్రాద్ధము దానికేమనియెదరు? సరసమనియెదరు, అనగా సరసశ్రాద్ధము. తరువాత హవ్యముల శ్రాద్ధము. అనఁగా వ్యాజ్యశ్రాద్ధము.

తృతీ—గతించినవారి శ్రాద్ధములకేమి? మిగిలినశ్రాద్ధములు సార్థకములు.

(అంత మురతోఁ గాత్యాయనుఁడు ప్రవేశించును.)

నందు—ఎవరావచ్చుచున్నది. (చూచి) ఓహో! వారిచటి కేలరావలెను?

కాత్యా—మహారాజుగారి యాజ్ఞననుసరించి శీఘ్రముగ—

నందు—ఈప్రమదోద్యానమునకా? సరియే—వచ్చిననేమి?—భద్రముగనున్నవాఁడు.

మురు—ఈనాఁటికి నీముఖమునుండి యీవార్త విని మిక్కిలి సంతసించితి.

నందు—మంచిది. ఏకార్యమునకు నిన్ను రప్పించితిమో యెఱుంగుదువా? దానికేమి? మంత్రీ! రాజకార్యవిచారమునకిది తరుణమా? అవి వేఱే!

కాత్యా—ఆజ్ఞాపించిన నీమెఁ గొనిపోయి తిరుగ దర్శించెదను.

ద్వితీ—మంత్రిమహాశయా! నీవావిధముగఁ జేయుదేని—

ప్రథమ—ఆవిధమనఁగానేవిధము.

ద్వితీ—ఒకప్పుడొకఁడు జన్మమునకు శివరాత్రియని గ్రహచారముబాగుగనుండుటచే నందలమునఁ గూర్చుండెను. వాహకులిరువురు వానిని గమ్యస్థానముఁ జేర్చిరి. అందుఁగూర్చుండిన సరసుఁడు వారికీయవలసిన విత్తమొసంగఁ జాలకుండెను. వారెల్లరుఁ బోరాడి కుత్తుక బద్దలుచేసికొని సంధికివచ్చిరి. కూర్చుండినవాఁడు "వాహకులారా! నాయొద్ద ధనములేదు, మీరు కోపించిన లాభములేదు. కనుక నన్ను తిరుగ నాయింటికిఁ గొనిపొండు. ధనముండునపుడు మిమ్మురప్పించి యిచ్చటికివచ్చెద" ననెనఁట. ఆవిధముగనున్నది.

కాత్యా—మహారాజుగారి యాజ్ఞపై నీమెఁ గొనిపోయి తిరుగనే దర్శింపవచ్చునా?

తృతీ—మంత్రిమహాశయా! నీజ్ఞానము లోకాతీతము. లోకులు తనే యట్లుచేసియున్న మీయజ్ఞానము వెల్లడి గాకుండెడునే.

నందు—వలదు. వలదు. ఈమె వచ్చునపుడే విచారింపవలెను.

వాచా—అవును. పనసలభించినప్పుడే తద్దినము పెట్టవలెను.

నందు—(మురఁజూచి) తల్లీ! వినుము. నీకుమారుఁడు చంద్రగుప్తుఁడు జీవించియుండును.

ముర—అట్లనా? ఎచ్చట?

నందు—అయ్యది తెలియఁగోరియే నిన్ను రప్పించితిని. ఆతని నివాసస్థల మెఱుంగుదువా?

ముర—వత్సా! నే నేమియు నెఱుంగను.

నందు—అసత్యము. నీవెఱుంగుదువు. తెలియఁజేయుము. లేని యెడల—నందుని బాగుగ నెఱుంగుదువుగదా?

ముర—ఎఱుంగ కేమి? బాగుగ నెఱుంగుదును. నందుని నేను లాలించి పెంచి పెద్దఁజేసినదానను. నా స్తన్యమొసంగి యాతని నీచేతు లారఁ బెంచితిని.

నందు—ఆగౌరవము నీవనుభవింపఁజాలుదువు. చంద్రగుప్తుఁ డెచ్చట?

ముర—సుంతయు నెఱుంగను.

నందు—సత్యముఁ జెప్పుము. నీవెఱుంగుదువు. లేనియెడల—

ముర—నన్ను వధించెదవా యేమి! నన్ను వధింపవచ్చును. ఇపుడు మాత్ర మట్టి ఘోరమునకుఁ బూనుకొనవలదు. కావలసినఁ జంద్రగుప్తునిఁజూపి, యనంతరము నన్ను వధింపుము. ముఖముమాత్రము జూపినఁ జాలును. కుమారా! వినుచుంటివా?

నందు—నీవు శీఘ్రముగఁ జచ్చిన, నీకొఱకాజన్మాంతము దుఃఖించువారలెవరు. శాశ్వతముగ నిన్నుఁ గారాగృహమున బంధించెదను. క్షుధాగ్నిచే నిన్ను శుష్కింపఁ జేసెదను.

ముర.—ఇంతటి నిష్ఠురము నీకు శ్రేయస్కరముగాదు. నేను నీకు తల్లినగుదుఁగదా? ఇంచుక యాలోచింపుము.

నందు—అవును. శూద్రాణి నాకుఁ దల్లియగుచు. నేనో రాచబిడ్డఁడను. ఏమాశ్చర్యము. తండ్రిగారి యుంపుడుకత్తెవు. నీకింతటి పొగరుఁబోతుఁదనమా? నీవు నాకుఁ దల్లివేమి?

ముర—ఓహో!.........(శిరము వంచుకొనును.)

ద్వితీ—నాకొక తలంపూరినది.

నందు—మిన్నకుండుము. శూద్రాణి, నందమహారాజుగారి జనని యని యెఱుంగవా?

ముర—నేను నందమహారాజునకుఁ దల్లియగుటకుఁ గోరలేదు. నీవు చిరకాలము మహారాజశిఖామణివై యుండుము. నా చంద్రగుప్తుఁడు దరిద్రుఁడై జీవించుఁగాక. అతఁడెచ్చటనైనను జీవించియుండినం జాలును. అతనిఁ జూపుమని నిన్నుఁ బ్రార్థించుచున్నదానను. వానిఁ గౌఁగిలించుకొని యానందబాష్పములతో దుఃఖింపఁదలంచితిని. వాని నా కనులయెదుట నిలువఁబెట్టుటయే నాకధికగౌరవము. మహారాజుగారికిఁ దల్లిగనుండు పాపాత్మురాలఁగాను. చంద్రగుప్తునకే నేను తల్లినగుదు.

నందు—ఈపలుకులతో నేమి? చంద్రగుప్తుని యుదంతముఁ దెల్పుము. నీవెఱుంగుదువు.

ముర—ఒకప్పుడు నేనెఱింగిన నెఱుంగుదుంగాక. నీకుఁ దెలుపు తలంపు నాకుండదని యెఱుంగుము. నందమహారాజా! ఏగొడ్డురాలు తాఁ గన్నకుమారునిఁ దన ప్రాణరక్షకొఱకు, బెబ్బులివాఁతఁ బెట్టఁజాలును. ఈమాత్రము గ్రహింపవలదా?

నందు—ఏమేమీ? నీకుఁ దెలియఁజేయు తలంపు లేదా? నీకుమారుఁడు చంద్రగుప్తుఁడు—తెలిసినదా?—తండ్రిగారి యుంపుడుకత్తెకు ముద్దులకొడుకు—ఎఱుఁగుదువా? ఆతఁడు నాశత్రుకోటిలోఁ జేరి, మగధదేశముఁ దానాక్రమింపఁదలంచి, విద్రోహియై, పరసైన్యముల నాయత్తముఁ జేయుచున్నట్లు నాకుఁ దెలియవచ్చినది.

ముర—హా! దైవమా! ఈతనిపలుకులు సత్యములగుంగాక. చంద్రగుప్తుఁడు తన తల్లికి సంభవించిన యవమానమునకుఁ బ్రతిక్రియఁ జేయుఁగాక.

నందు—ఎవఁడురా యచ్చట? ఈశూద్రాణినిఁ గారాగృహంబున బంధింపుము.

వాచా—సిద్ధముగనున్నాను. (మురఁజూచి) ఓసీ! లంజా! రావే! రా. (అని కేశముఁ బట్టుకొని లాగును.)

(సభ్యులెల్లరు నట్టహాసముఁ జేయుదురు.)

నందు—(మందహాసముఁ జేయుచు) శూద్రాణికెంతటి గౌరవము. మహారాజుగారి తల్లికెంతటి వైభవము.

ముర—ఇంతటి గావరమా? నందమహారాజా! నిన్నుఁ బెంచి పెద్దఁజేసిన తల్లికి నీవలన సంభవించిన యవమానమునకుఁ బ్రతిఫలము కాలక్రమమున ననుభవించెదవు. నీవు సహితి మానందించుటయా? ఎంతటిఘోరము. నేను నీకెట్లు తల్లినగుదును. నిన్ను నేఁ బెంచియుండను. ఏరాక్షసి స్తన్యపానమునో నీవు పెద్దవైతివి. లేకున్న నీ వింతటి ఘోరమునకుఁ బాల్పడవు. క్షాత్రధర్మ మిట్టిదేయైన నే నెల్ల జన్మముల శూద్రాణినై జన్మించెదంగాక.

ప్రథ—భళి భళి! దివ్యనాటకము, ఎంతటియానందము.

ద్వితీ—ఆనందమా! దివ్యసౌందర్యము మూర్తీభవించినది, చెప్పఁదరమా?

తృతీ—మహారాజా! ఈమె తల యెత్తి పలుకుచుండ నోర్వ నచ్చునా?

మురా—మహారాజా! నేను నీతల్లిఁగాకున్ననేమి? అబలనగుదుఁగదా? దిక్కులేనిదాననని యెఱుఁగవా? నిస్సహాయనని తలంపవా? అనాథనని కరుణింపవా? స్త్రీపై నత్యాచారమా? ఇంతటిఘోరమా? ఇయ్యది క్షాత్రధర్మమా? నీయత్యాచారము నబలనగుటచే నేసహింపఁగలఁగాని, కేవలము దైవస్వరూపమగు ధర్మము సహించునా? ఇది నీకు శ్రేయస్కరమా?

వాచా—శూద్రాణి ధర్మోపన్యాసమును వినువారు లేరు. నడువుము. ఉంపుడుకత్తె కెంతటిపౌరుషము. నిజముగ నీవాడుదానవేయైన, పురుషునకుండఁదగిన యీపౌరుషమెందులకే లంజా! రా! రా! (అని కేశముఁబట్టి లాగును.)

నందు—ఇపుడైనఁ జంద్రగుప్తుని సమాచారముఁ జెప్పుము. లేనియెడల—(అంతహఠాత్తుగ ఖడ్గహస్తుఁడై చంద్రగుప్తుఁడు ప్రవేశించును.)

చంద్ర—చంద్రగుప్తుఁడు నీకు ప్రత్యక్షమయ్యెను. అధమాధమా! (అని పదాఘాతమున వాచాలుని నేలకుఁ బడఁద్రోసి) తల్లీ! నా కంఠమునఁ బ్రాణములుండగనే, నీకింతటి యవమానమా! నన్నుఁ గడుపారఁ గన్నతల్లికా యింతటిదౌర్భాగ్యము.

మురా—వత్సా—(చంద్రగుప్తునిఁ గౌఁగిలించుకొనును.)

చంద్ర—(వాచాలునిఁజూచి ఓరీ! పాషండా! ప్రతిఫలమనుభవించెదవు. ఏమఱియుండకుము. (అని చంద్రగుప్తుఁడు తన తల్లితో నిష్క్రమించును. సభ్యులెల్లఱుఁ జెదరిచెదరి పరువిడుదురు. వాచాలుఁడు నేలఁబడి లేవలేకుండును. నందుఁడు మ్రాన్పడినిల్చి చూచుచుండును............యవనిక జారును.)

చతుర్థదృశ్యము స్థానము:— మలయరాజ్యమునఁ జంద్రకేతుని సౌధము
కాలము:—సాయంకాలము; (ప్రవే॥ చంద్రగుప్తుఁడు చంద్రకేతువు)

చంద్రకే—ఈగృహము మీయది; నేను మీబాంధవుఁడను. మీరు నన్ను విశ్వసింపవలెను. మీకొఱకై పార్వతీయసైన్యము ప్రాణముల నర్పింప సిద్ధముగనున్నది.

చంద్రగు—నేనీయశిక్షితసైన్యమును యవనపద్ధతిని శిక్షించి, యుద్ధోపయోగమున కనుగమింపఁజేయుదును. అసమానసాహసముం గల యీపార్వతీయసేనాసమూహమునకుఁ దగిన రణవిజ్ఞానమొసంగిన యనంతరము మగధసామ్రాజ్యమును జయించి క్రమక్రమముగ నఖిలభరతఖండమును శాసింపఁదగియుండును.

చంద్రకే—నందుని యమాత్యశేఖరుఁడు ప్రతిభావంతుఁడనియు, నమానుషశక్తిసామర్థ్యములఁగలవాఁడనియువినియుందుముగదా?

చంద్రగు—అవును. అదియు నే నెఱుంగుదు. మనపక్ష మవలంబించిన మంత్రియగు కాత్యాయనుఁడు సహిత మసమానుఁడు మఱియు నేనతని, రాజనీతివిశారదుఁడుఁ బండితుఁడునగు చాణక్యుని రప్పింపఁబంపియుంటిని.

చంద్రకే—చాణక్యుఁడెవఁడు.

చంద్రగు—చాణక్యుఁడేతన్మాత్రుఁడని తలంపకుము. అమోఘప్రతిభావంతుఁడు నద్వితీయుఁడుఁ బరిశుద్ధబ్రాహ్మణుఁడుఁ బ్రతిజ్ఞానిర్వాహకుఁడు, నని నే వినియుంటిని. నందునిపై నాతని కధికద్వేషము చాలకాలమునుండియుఁ బూన్ణించియున్నది. మనతోడ్పాటున నాతని ద్వేషము మితిమీఱఁగలదు. ఆతఁడెట్టి ప్రభావముఁగలవాఁడో యెఱుంగుదువా?

చంద్రకే—ఇంచుకంతయు నెఱుఁగను.

చంద్రగు—ఆతనికోపదృష్టికి ప్రళయము సంభవించుననుటకు సందేహము లేదు. ఆతఁడెల్లప్పుడు నేకాకియైయుండును. మిత్రుఁడనువాఁడు లేఁడు.

చంద్రకే—అట్టివాఁడు భయంకరుఁడగుఁగదా?

చద్రగు—అట్టివాఁడే మన కార్యమునకుఁ దగినవాఁడు. నీతోడ్పాటును గాంచిన కతని ప్రతిభామహాగ్నిహోత్రము ప్రజ్వరిల్లుచు. రణభారము నీపైనున్నది.

చద్రకే—మహారాజా! నీవు మగధరాజ్యాధిపతివని యొకప్పుడు నిన్ను మన్నించుచుందును. ఒకప్పుడు సోదరుఁడవని యుప్పొంగుచుందును. ఒకప్పుడాప్తుఁడనని గర్వించుచుందును. నీ వెఱుంగవా ?

చంద్రగు—(కౌఁగిలించుకొని) ఇఁక నాకుఁ గావలసిన దేమి? నావిచారమంతయు నంతరించినది.

(తెరలో) చంద్రగుప్తా!

చంద్రగు—తల్లీ! వచ్చుచున్నాను చంద్రకేతూ! రమ్ము. తల్లి యాశీర్వాదము గ్రహింపవలసియున్నది.

(ఇరువురు నిష్క్రమింతురు.)

(వెంటనే ఛాయప్రవేశించి) చిత్రగుప్తుఁడవతరించిన దేవేంద్రునివలె నానయనంబులకుఁ దోఁచుచున్నవాఁడు. ఈతనిదర్శనము పూర్ణచంద్రోదయము. ఈతనిగంభీరస్వరము రణవాద్యమనుటకు సందేహము లేదు. ఇతఁడు నాయగ్రజుఁ గౌఁగిలించినప్పుడు భానుబింబమును శరత్కాల చంద్రమండలము కౌఁగిలించినట్లుగ భావించితిని. ఇతని శరీరచలనమున సంభవించిన వాయువు మలయమారుతముఁ బలె హాయిగ నుండెను. ఓవసంత! నేఁడు నిన్నుఁ గీర్తించెదను. కారణమేమియో గాని యనిర్వాచ్యమగు సంతోషముప్పొంగుచున్నది.

పాట—(ఇదిరగడ. పాటగమార్చి పాడినను పాడవచ్చును.)

ఓవసంతుఁడ నీదురాకకు । నొప్పెఁ బక్షుల కలకలంబులు ।
క్రొవ్విరులూఁదినమాడ్కి నెల్లెడఁ । కూయుచున్నవి కోకిలంబులు
నీతనుద్యుతి సోఁకినంతనె । నెగడుచున్నవి పల్లవంబులు ।
నూతనంబుగ విచ్చుమొగ్గల । నొందుచున్నవి బంభరంబులు ।
భూజనంబులు సంతసింపఁగ । బూచియున్నవి మల్లెపువ్వులు ।
భ్రాజసౌధనివాసమాధవ । మల్లెపువ్వులు నీకునవ్వులు ।
ప్రేమగంధముఁ జల్లియెల్లెడ । వీచుచున్నవి మారుతంబులు ।
నామనోహరు నన్నుఁ గూరిచి । నాకొసంగుము కామితంబులు ।
ప్రేమసుంతయు నే నెఱుంగను । ప్రేమమాధురి నేనుగ్రోలను ।
ఈమహానది పొంత సంతత । మేమెలంగుచునుందు మేలను ।
కొందఱంతయు సంతసింపఁగ । గొందఱంతయుఁ గుందుచుందురు
అందఱిందని యింతపక్షమె । యంచు నెన్నదనిందుచుందురు ।
నిష్ప్రసూనములెల్లఁ గైకొని । నేనొసంగెదఁ జంద్రకాంతికి ।
విప్రయోగినినై మెలంగల । భింపవచ్చును సౌఖ్యమింతికి॥
ఓవసంతుఁడ నీదురాకకు॥

(అనిపాడుచుఁ బాడుచు నిష్క్రమించును.)

(అనంతరము చంద్రగుప్తుఁడును మురయుఁ బ్రసంగించుకొనుచుఁ బ్రవేశించుదురు.)

చంద్ర—తల్లీ! నీకు సంభవించిన యత్యాచారమునకుఁ బ్రతిక్రియఁ జేయ నిశ్చయించితిని. నాహృదయాగ్నిహోత్రము జ్వలించుచున్నది. నీకు సంభవించిన యవమానవహ్నికి వారాహుతి కాఁగలడు. ఒకప్పుడు స్నేహదౌర్బల్యమున నందుని క్షమింప నూహించితిఁగాని యిప్పుడాయూహ యంతరించినది. నాస్నేహాశ్రుబిందువు లగ్నిస్ఫులింగములవలెఁ బరిణమించినవి.

మురా—నందుఁడు శూద్రాణియని నన్నవమానించినప్పుడు నాహృదయము దుఃఖాగ్నిహోత్రమున కాహుతియైనది. ఆతనియాజ్ఞ ననుసరించి, దుశ్శీలుఁడా వాచాలుఁడు నా కేశములఁబట్టి లాఁగినప్పుడు,

(దుఃఖించును.)

చంద్రగు—జయమునకు సందియమున్నను, వారియాకారములు భూమిపైఁ గన్పట్టవు. ఇదినిశ్చయము. ప్రపీడితయగు సీతామహాదేవి బాష్పములకు లంకాద్వీపము భస్మమైనది. ద్రౌపదిద్వేషాగ్నిహోత్రమునకు కౌరవవంశము విధ్వంసమైనది. స్త్రీయెడ సంభవించిన యత్యాచారము వ్యర్థముగఁబోదు. నందవంశము సహింప మట్టిదే యగును.

మురా—ఆయాశతోడనే జీవించియున్నాను. (అని మురా నిష్క్రమించును)

చంద్ర—నాజనని శూద్రాణియా? శూద్రసంపర్క మతనికి మాత్రము లేకున్నదా? క్షత్రియులకున్నట్లు శూద్రులకుఁ గరచరణాద్యవయవములు లేకున్నవా? హృదయము లేకున్నదా? మస్తిష్కము లేకున్నదా? ఆశ లేకున్నదా? ఇంతటి ధార్త్యమా? మంచిది. శూద్రశక్తిఁ బ్రకటించెదంగాక. సెకందరుచక్రవర్తి వచించినట్లు నాజీవితము సార్థకమగుంగాక.

(కాత్యాయనుఁడు ప్రవేశించును.)

చంద్రగు—ఎవఁడావచ్చుచున్నది?

కాత్యా—నేను. కాత్యాయనుఁడను.

చంద్ర—ఓహో! చాణక్యుని సమాచారమేమి?

కాత్యా—ఇప్పుడే రాఁగలఁడు.

చంద్రగు—ఎట్లుపరిణమించినది.

కాత్యా—సముద్రమథనమున గరళముద్భవిల్లునో, యమృత

ము సంభవించునో నిరీక్షింపవలెంగదా? ఆతని ప్రకృతి మంచిదిగఁ గన్పట్టదు.

చంద్రగు—ఎందుచేత?

కాత్యా—నేనీయుదంతముఁ దెలియఁజేయునప్పటికాతని గంభీరముఖవైఖరి ప్రత్యూషముఁ బోలి దీప్తమై తత్క్షణమున గోధూళిఁ బోలి మ్లానమయ్యెను ఆతని శీర్ణదేహము ప్రదీపశిఖఁ బోలి కంపించి తిరుగ స్థయిర్యమువహించెను. ఓష్ఠప్రాంతమున వ్యంగ్యమందహాసము ద్భవించి, వికటముగఁ బరిణమించి మెఱపుఁబోలి యంతరించెను. ఆతని లలాటగంభీరరేఖయు, గృష్ణాపాంగనేత్రద్వయియు నాకనులకుభీతిఁ గొలిపెను.

చంద్రగు—అద్భుతము. (పాదచారణముఁ జేయుచు) ఎపుడు వచ్చును?

కాత్యా—వచ్చుసమయమైనది.

చంద్రగు—(తెరవైపుఁజూచి) వచ్చుచున్న యాతఁడెవఁడు?

కాత్యా—(తెరవైపుఁజూచి) ఆ! ఆతఁడే చాణక్య పండితుఁడు.

చంద్రగు—ఈతఁడా?

(చాణక్యుఁడు ప్రవేశించును. చాణక్యుఁడు, చంద్రగుప్తుఁడు
బరస్పరముఁ జూచుకొందురు. చంద్రగుప్తుఁడు
చాణక్యునకు నమస్కరించును.)

చాణ—నీవాంద్రగుప్తుఁడవు?

చంద్రగు—అవును. మీపాదసేవకుఁడను. బ్రాహ్మణేతరుఁడ నాదుంగాని, బ్రాహ్మణద్వేషినని భావింపరాదు.

చాణ—అవును. మంచిది. నీవు కార్యమునకుఁ దగుదువా?

చంద్ర—మీకృపాకటాక్షముండినఁజాలు.

చాణ—నేనెవండను. దరిద్రబ్రాహ్మణుండను. నీవొక్కండవే చాలుదువు.

చంద్రగు—దరిద్రబ్రాహ్మణులా? (అని మందహాసముఁ జేయును.)

చాణ—అవును. నేను బ్రాహ్మణుఁడను. బ్రాహ్మణశాపమున నబ్రాహ్మణ్య క్షాత్రవంశమునశింపఁగలదు. అవును—అవును—జన్నిదంబులు బ్రాహ్మణులకేల? భిక్షాటనమునకు. బ్రాహ్మణ్యము బ్రాహ్మణ్యపదాఘాతమునఁ గ్రుంగుచున్నది. ఎంతకాలము, కాలముసమీపించుచున్నది. ఓరిమి యుండవలెఁగాక.

చంద్రగు—(స్తంభీభూతుఁడై యుండును.)

చాణ—సముద్రతరంగములు తీరము పర్యంతమువచ్చి బాధించి, హతాశ్వాసములై తిరుగ గంభీరసముద్రమున కేగుచున్నవి. ఎట్టి శక్తియు లేదు. లేదు. లేదు.

చంద్రగు—అదియేమి? చాణక్యుఁడు పండితశిఖామణియని వింటినే.

చాణ—అవును. విచక్షణుఁడు. విద్వాంసుఁడు, కౌటిల్యుఁడు! మఱియు మూర్ఖుఁడు. మూఢుఁడు. నీవు బాగుగవిని యుండవు. చాణక్యునకు హృదయమనునది లేదు. నామేరుదండము భగ్నమైనది. ఈవక్షమున (చంద్రగుప్తునిచేతులఁ దనవక్షముపైనిడి) పరిశీలించితివా?

చంద్రగు—రక్తప్రవాహమాంద్యము తోఁచుచున్నది.

చాణ—ఎట్టిప్రవాహము.

చంద్రగు—రక్తప్రవాహము.

చాణ—మూర్ఖా! ఏమియు నెఱుంగవు. నాదేహమున రక్తము లేదు. హిమానీప్రవాహమని యెఱుంగుము.

చంద్రగు—గురుదేవా! నేను సర్వమెఱుంగును. నన్నాజ్ఞాపింపుఁడు. ఆశీర్వదింపుఁడు. మఱియేమియు మీరు చేయనక్కఱలేదు. చంద్రగుప్తా! అగ్రగామివై యుండుమని మాత్రమాజ్ఞాపింపుఁడు. సర్వము నేనే నిర్వర్తించెదను.

చాణ—నిర్వర్తింపఁజాలుదువా?

చంద్రగు—నిస్సందేహముగ సెకందరుచక్రవర్తి నాభావికాలము నాకెఱింగించెను. "దిగ్విజయలక్ష్మి నామండలాగ్రము నాశ్రయించుకొనియున్న" దని ఈవాక్యము నాహృదయమునందు ప్రతిక్షణము జాగరితమై నావీనులఁ బ్రతిధ్వనించుచున్నది. నారాజకార్యయజ్ఞమునకు పౌరోహిత్యభారము మీరు భరించెదరుగాక. జయమగుగాక;

చాణ—(ఆకసముపై దృష్టినిగుడ్చి) ప్రాణేశ్వరీ! కుటిలా! ఏమనియెదవు. నీయాజ్ఞయేమి?

చంద్రగు—(ఆశ్చర్యమునఁ దనలో) వెఱ్ఱివాఁడాయేమి?

చాణ—(ఆకసముఁజూచుచు) ప్రేయసీ! నీయాజ్ఞయేకావలెను. (చంద్రగుప్తునిఁ జూచి) ఓయీ! ఈదరిద్రబ్రాహ్మణుని యాజ్ఞ నెల్లకాలముఁ బాలించెదనని నాపాదములఁబట్టి ప్రమాణముఁ జేయుము.

చంద్రగు—(చాణక్యునిపాదములఁబట్టి) తప్పకుండ మీయాజ్ఞఁ బాలించెదను. నాకు దీక్షనొసంగుఁడు. అభయ మొసగుఁడు.

చాణ—అవును నీవు నిర్వర్తింపఁ జాలుదువు. నీముఖము నీదృష్టి నీవైఖరిఁ జూడఁ దగినవాఁడవని తోఁచుచున్నది. నీకుదీక్ష నొసంగె

వ. నిన్ను మగధసింహాసనమునఁ గూర్చుండఁబెట్టఁగలను. భారతవర్షమున, నీపరాక్రమము విజృంభింపఁ జేసెదను చంద్రగుప్తా! ఇంధనంబులఁ గూర్పుము. నాబ్రహ్మతేజము ప్రజ్వలింపఁ జేసెదను. ఆయగ్ని దావాగ్నియై వ్యాపించి, సమగ్రభారత వర్షమున వెలుంగుఁగాక. చంద్రగుప్తా!

చంద్రగు—గురుదేవా!

చాణ—ఆకాశముఁ జూడుము ఏమికనఁబడుచున్నది ?

చంద్రగు—(మెల్లగ) ఆకాశము.

చాణ—వర్ణమెట్టిది?

చంద్రగు—పాంశురక్తవర్ణము

చాణ—ఏమిగ్రహించితివి?

చంద్రగు—జగడము సంభవించునని,

చాణ—నిశ్చయము. యుద్ధముసిద్ధము. దానిసముఖమునఁ గన్పట్టుచున్నది యేమియోగ్రహించితివా?

చంద్రగు—గురుదేవా! గ్రహింపశక్తిచాలదు

చాణ—అంధుఁడా! కపిలుని యభిశాపము, పరశురాముని శౌర్యము, వామనుని విక్రమము, నిదివఱకీ లోకమెఱుంగును. ఈబ్రాహ్మణుని బుద్ధియు, శూద్రునినిష్ఠయు. బ్రాహ్మణునిసాధనము, శూద్రునిప్రతిహింస బ్రాహ్మణతేజము, శూద్రశక్తియు నేకీభవించి స్వర్గమర్త్య పాతాళలోకముల వ్యాపించుఁగాక.

సీ॥ బహుభాండములయందు - పరిఢవిల్లినయట్టి
మృత్పిండమేకమై - యొసఁగునట్లు
బహుభూషణములందు - భాసిల్లుచున్నట్టి
బంగారమేకమై - పరగునట్లు
బహుధేనువులయందు - ప్రభవించియున్నట్టి
క్షీరమేకంబయి - చెలఁగునట్లు

బహుదేహములయందు ప్రజ్వలించుచున్న,
పరమాత్మయేకమై వరలునట్లు.

గీ. మనమహాద్యమం బేకమై యనలమట్లు
శాత్రవుల బూదెసేయు నిస్సంశయముగ;
విప్రుఁడును శూద్రుఁడేకీభవించిరేని
యీ ప్రభుత్వంబు నశియించు టేమివింత?

చంద్రగుప్తా! భీతిల్లవలదు. లెమ్ము. నాచక్షువులఁ బ్రత్యక్షమగుచున్న తేజస్సుఁ దిలకింపుము.

చంద్ర—గురుదేవా! తిలకింప శక్తిచాలదు.

చాణ—ప్రధూమిత, ప్రజ్వలిత, ప్రవాహిత, రక్తస్రోతస్వినీతరంగిత సమగ్రభాగత భూపరివర్తనంబను పాథోనిధినుండి, రత్నాలంకారయుఁ, బుష్పోజ్జ్వలయు, సంగీత మధురయు మందస్మితమధురాస్యయునగు సామ్రాజ్యలక్ష్మి యవతరింపఁగలదు. ఆమహాసామ్రాజ్య లక్ష్మి, భవదీయ భుజాసంరంభపరిరంభము నభిలషించును. మీ యిరువురి వివాహమునకు, నీదరిద్రుఁడ దౌర్భాగ్య బ్రాహ్మణుఁడు పురోహితుండగును. చంద్రగుప్తా! నీవు నాశిష్యుండవు రమ్ము.

(ఎల్లరు నిష్క్రమింతురు.

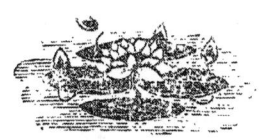

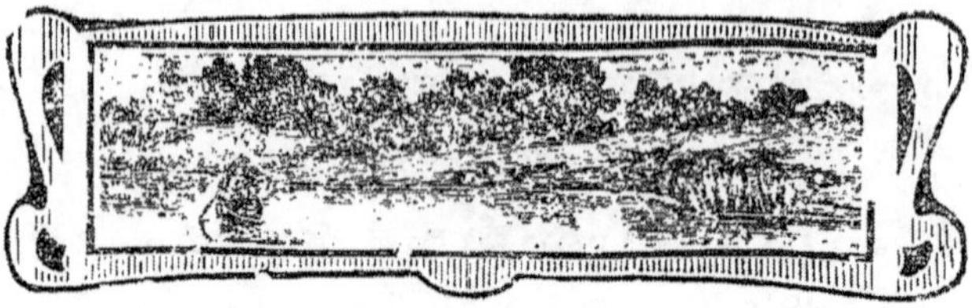

ప్రతిజ్ఞాచాణక్యము.

ద్వితీయాంకము.

ప్రథమదృశ్యము— స్థానము:— హీరట్టులో నొక సౌధము

కాలము:— రాత్రి.

(సెల్యూకసు, హెలేనయుఁ బ్రవేశింతురు.)

సెల్యూ—శ్రీసెకందరుచక్రవర్తి కీర్తిశేషుఁడయ్యెను.

హెలే—అట్లనా? నీవెట్లెఱింగితివి?

సెల్యూ—సూర్యాస్తమానము లోకమునకుఁ దెలియకుండునా?

హెలే—పిమ్మట.

సెల్యూ—మఱేమున్నది. ఆసియాఖండోత్తరభాగమునకు నన్నధిపతిఁ జేసెను.

హెలే—అతఁడాసియాఖండోత్తర భాగము జయించియు, దిగ్విజయము సంపూర్తిగాకుండఁగ నేతన దేశమునకు మగిడిపోఁగారణ మేమి? పాపము. నిజదేశమునందైనఁ గతించియుండలేదు.

సెల్యూ—ఆతని యవశిష్ట కార్యభారము నే భరించి సంపూర్తిఁ జేసెను.

హెలే—అది యేమి ?

సెల్యూ—భారతవర్ష జయము.

హెలే—దానివలన లాభ మేముండును ?

సెల్యూ—యశస్సే.

హెలే—అయ్యది దుర్యశము. ఆశ్చర్యము. పురుషుని మరాశ యించుకంతయు ఫలింపదు. పురుషుల కెంతటి జిఘాంస! మనుజుఁడు తాను వేటాడుఁగాని మనుజులఁ జంపి భక్షించునా? తండ్రీ! ఇంతటి దుష్కార్యమేల? చేయఁదలంచిన కార్యము కేవలము భావ్యము. పురుషజాతి కెంతటి రక్తదాహమున్నది? హృదయమధ్యమున నితరప్రవృత్తి లేకున్నదా? ఎంతటి ఘోరము? ఎంతటి దారుణము ?

సెల్యూ—ఎట్టి ప్రవృత్తి యుండవలెను ?

హెలే—దుఃఖితుని దుఃఖము దూరము సేయుట. రోగిరోగంబు నివారించుట. క్షుధార్తున కన్న మిడుట. అజ్ఞాని విజ్ఞానిఁ జేయుట. ఇంతకంటె ప్రవృత్తి యేమున్నది. ఇట్టి ప్రవృత్తి పురుషులకుండవలదా? కేవలము స్వార్థపరత్వము, వేదనావృద్ధి, యత్యాచారము, మొదలగు దుర్విచారములు హృదయమున నంకురింపఁదగునా?

సెల్యూ—విజిగీష మనుజునకు మహత్తర ప్రవృత్తియని డిమస్తనీసు చెప్పియున్నాఁడు.

హెలే—(నవ్వుచు) ఆతఁడట్లెచటనైనఁ జెప్పియుండఁడు. ఆగ్రంథము దెచ్చెదంగాక. (అని పోనుద్యమించును.)

సెల్యూ—వలదు. వలదు. ఆతని గ్రంథములఁ జదివితివా యేమి ?

హెలే—చదివితిని.

సెల్యూ—అధికముగఁ బఠించి బుద్ధికిఁ గష్టమొసంగరాదు.

హెలే.—కేవలము పఠించినంతమాత్రమున వచ్చు హానియేమి? బుద్ధివికసించుఁగదా? చదువకున్న బుద్ధి వికసించునా? చదివిన బుద్ధి క్షీణించునేని, చదువని గార్దభమున కధికబుద్ధియుండవలెఁగదా?

సెల్యూ—నీవు నన్నవమానితునిఁ జేయుచుంటివి.

హెలే—తండ్రీ! అట్లెన్నఁడుఁ దలంపవలదు.

సెల్యూ—నీవు నన్ను గార్దభతుల్యునిఁ జేసితివి.

హెలే—అట్లు తలంపవచ్చునా? నాయభిప్రాయమదిగాదు,

సెల్యూ—లేదు. లేదు.

హెలే—(చేతులుజోడించి) తండ్రీ! నాయందు దోషమున్న క్షమింపుము.

సెల్యూ—నేను క్షమింపఁజాలను. నాకుఁ గోపమువచ్చినది. నన్ను తఱచుగ నవమానించుచుందువు.

హెలే—(చేతులఁ బట్టుకొని) తండ్రీ! క్షమింపుము. నాయభిప్రాయ మదికాదు.

సెల్యూ—(చేతులు విడిపించుకొని) ఆవలకుఁ బొమ్ము.

హెలే—(గద్గదస్వరముతో) తండ్రి క్షమింపకున్న నాకేమిదిక్కు? (పాదములపైఁ బడును.)

సెల్యూ—ఇదియేమి? లెమ్ము. లెమ్ము. నీయందు దోషమేమియులేదు. దోషమంతయు నాయందేయున్నది. కోపవశమునఁ బొమ్మని యంటిని. నీపై నాకింతటి కోపముండరాదు. (అని హెలేనను లేవదీసి) క్షమింపుము.

హెలే—తండ్రీ! నేనా క్షమింపవలెను. (అని తండ్రిచేతులఁ బట్టుకొనును.)

సెల్యూ—(కౌఁగిలించుకొని) అమ్మా! తల్లి లేని బిడ్డవు. నా తల్లీ! విచారింపకుము. దోషము నాయందున్నది.

హెలే—తల్లి లేని బిడ్డనని యెవ్వరైనఁ దలఁపఁగలరా? సర్వము నీవై యుండగా నాకా విచారముండునా?

సెల్యూ—నీకేమి కావలయును. వేగముగఁ జెప్పుము.

హెలే—నేనేమియుఁ గోరకుండగనే నీవు నాకొసంగుచుంటివి. నాకెట్టి కోరికయు లేను.

సెల్యూ—అమూల్యవస్త్రముల, సనర్ఘ్యరత్నాలంకారముల—

హెలే—వస్త్రాలంకారములయందు నాకు లోపమున్నదా?

సెల్యూ—అట్లయినఁ గావలసినదేమియు లేదా?

హెలే—అవసరమున్నఁ గోరకుందునా?

సెల్యూ—సరియే. నేనిప్పుడు సేనాని వేశ్మమునకుఁ బోవలసియున్నది. నీవు పండుకొని యుండుము.

హెలే—నేఁడు సాయంకాలమున కొంచెము నిద్రించితిని. నిద్రకై తొందఱ లేదు.

సెల్యూ—నీవు రాత్రి చాల కాలమునకుఁ బఠింపుచుందువు. అధికముగఁ బఠనమునందే కాలము వెచ్చింపకుము. నీ ముఖము పూర్వమువలెఁ గాక యించుక వాఁడియున్నది.

హెలే—(మందహాసముఁ జేయుచు) అట్లే చేసెదఁ దండ్రీ!

సెల్యూ—మంచిది—(సెల్యూకసు నిష్క్రమించును.)

హెలే—(పాదచారణము చేయుచు) ఒక గ్రంథము పఠించెదంగాక.

(అని యొక గ్రంథముఁ బూని చదువుచుండును.)

.... (గ్రంథము విడిచి) నేటికి యవనసూర్యుఁ డస్తమించెను. చంద్రోదయమునకుఁ గాలము సమీపించినది. ఆమగ

ధ దేశరాజపుత్త్రికను—ఆఁ మఱచితిని. నేను వేగముగ సంస్కృతము పఠింపవలెను. సంస్కృతము విజ్ఞాన మహాసముద్రమని వింటిని. (అవతెరవైపుఁజూచి) పదముల సడి విన్ వచ్చుచున్నది. వచ్చుచున్నవారెవరు? (నిదానించి) ఓహో! ఆంటిగోనస్!

(ఆంటియోకస్ ప్రవేశించి) అవును హెలేనా.

హెలేన—తండ్రిగారిచట లేరు.

ఆంటి—అది యెఱింగియే వచ్చితిని.

హెలే—అట్లయిన నీవు రావలసిన కార్య—

ఆంటి—నా రాక నీకప్రియమా యేమి?

హెలే—నేనట్లు పలికియుండను.

ఆంటి—(తనలో) ఎంతటి కపటము. (ప్రకాశముగ) నీమనంబునంగల తలంపు నాకు నేటికైనఁ దెలియకున్నది. నీయప్రియ ప్రత్యుత్తరమునకే నెంతయుఁ జింతించుచున్నాను. నా రాక నీకు ప్రియమో యప్రియమో వ్యక్తముగఁ జెప్పరాదా?

హెలే—చెప్పినలాభమేమున్నది.

ఆంటి—చెప్పిన లాభము లేకుండుఁగాక. అగౌరవింపవచ్చునా? ఇంతకు నీయభిప్రాయ మెఱింగిన మేలుగదా?

హెలే—అదియెట్లు?

ఆంటి—నాభావికాలము నీప్రత్యుత్తరము పైనున్నది. హెలేనా! వినుము! నేనిప్పుడు వ్యక్తముగ నీయభిప్రాయ మెఱుంగవచ్చితిని.

హెలేన—సంతోషింపవలసినదే.

ఆంటి—వినుము. నేనశ్రుజలముల విడుచుచు నిన్ను భిక్షవేడువాఁడఁగాను. అట్లని క్రోధకంపిత స్వరమునఁ బలుకుటయు లేదు. సరళభావమున బరిశుద్ధభావముతో నిశ్చయ మెఱుంగవచ్చితిని. కపట క్రోధము లెఱుఁగను. వ్యంగ్యము సహితము లేదు. పలుపలుకు లేల?

సమ్ముఖమున రాయబారమేల? ముంజేతికంకణమున కద్దమేల? నన్ను నీవు పెండ్లాడెదవా లేదా? చెప్పుము. నే నోర్వఁజాలను. నీ మనోనిశ్చయము సరళభావమున వ్యక్తముగ నిష్కపటముగఁ జెప్పుము.

హెలే—నాతండ్రిఁ జంపయత్నించిన వాని నేనెట్లు వివాహ మాడఁగలను.

ఆంటి—ఇదియా నీప్రత్యుత్తరము. ఆకారణముతో నీకుఁ బని లేదు. అంతకుఁబూర్వము వివాహముఁగూర్చి నేఁ బ్రసంగించినపుడే మంటివి. "జనకుని యిష్టమే, నాయిష్ట" మంటిగదా? అనంతరము నీతండ్రితో నిందుగూర్చి నేఁ బ్రసంగించితిని. ఆతఁడు వ్యంగ్యభావమున, "తనజన్మమెట్టిదో, తానెవఁడో లోక మెఱుంగని వానికి సెల్యూకసు, కుమారిక నిచ్చునా?" యని వచించెను. నీ వెఱుంగవా?

హెలే—ఆతఁడు సర్వసేనాధిపతి. నీవో, సామాన్య.

ఆంటి—అదియట్లుండనిమ్ము, నాజన్మముఁగూర్చి సంశయించి వ్యంగ్యభావమున నన్నగౌరవించెను. అందుచే నేఁగుపితుఁడనై ఖడ్గము బ్రయోగించితి క్షమింపుము.

హెలె—ఒకప్పుడు క్షమించినను పెండ్లాడఁజాలను.

ఆంటి—ఎందుచేత ?

హెలే— రాజకన్యక సామాన్యుని సంబంధము నభిలషింపఁ దగునా?

ఆంటి—ఇంతటి మనోగర్వమా?

హెలే—గర్వముగాదు. నిన్ను నిరాకరించుచున్నాను.

ఆంటి— పెండ్లాడెదవా లేదా?

హెలే—బలాత్కరించెదవా యేమి?

ఆంటి—బలాత్కారముననైన నాయభీష్టముఁ దీర్చుకొందు.

హెలే—నీతరమా?

ఆంటి—ప్రత్యుత్తరమునకై నిరీక్షించుచున్నాను. పెండ్లాడెదవా లేదా?

(అని హస్తముఁ బట్టుకొనును.)

హెలే.—(కోపముతో) ఛీ! కాపురుషాధమా! హస్తము విడువుము.

ఆంటి.—(ఇంచుక తొలంగి) నేను కాముకుఁడను. సరళభావమునఁ బ్రత్యుత్తరమిమ్ము. నన్నుఁ బెండ్లాడెదవా లేదా? (అని ప్రతిమాలును.)

హెలే—(తనలో) ఏమాశ్చర్యము.

గీ. కాలమృత్యువు వీక్షింపఁ జాలుఁగాని
తాను మనసారవలసిన తరుణిముఖము
కోపముననుండ వీక్షింప నోపఁడేను
కామమా! ప్రేమమా! నమస్కారశతము.

ఇపుడు నేను లేనికోపము నటింపకతప్పదు. (ప్రకాశముగ) అధమాధమా! నిన్ను వివాహమాడుటకంటె నపుంసకుని వివాహమాడుట మేలు. శీఘ్రముగఁబొమ్ము.

ఆంటి—మంచిది నేఁబోవుచున్నాను. (పోవుచుఁదిరుగ సమీపించి) యించుక చెప్పవలసి యున్నది హెలేనా!

హెలేన—నా నామముఁ బేర్కొనుటకు నీకధికారము చాలదు. "రాజకన్యా"! అని సంబోధింపుము సామాన్యసైనికుఁడు—సామ్రాజ్యాధిపతికుమారి దేహము స్పృశించునా? ఇంతటియాగడమా? నాచరణఘట్టనమాత్రమున నిన్ను సంహరించి యుందును. బ్రతికితివి. పొమ్ము పొమ్ము

ఆంటి—ప్రత్యుత్తరము మఱియొకనాఁడిచ్చెద. (అనిపోవుచుండ సెల్యూకసు ప్రవేశించును.)

సెల్యూ—నేఁజూచుచున్న దంతయునిజమేగదా?

హెలే—(కంపితస్వరమున) ఈబర్బరకాపురుషాధముఁడు నీకు మాఱిస బలాత్కరించుచున్నాఁడు.

సెల్యూ—ఆంటిగోనస్! నిశ్చయమా?

ఆంటి—నిశ్చయము.

సెల్యూ—సెకందరునాజ్ఞచే దేశమునుండి వెడలింపఁబడితివి. ఆతని యనంతరము నిన్ను నాసేనలోఁ జేర్చుకొంటిని. ఇదియా నీవు నాకొనర్చిన ప్రతిఫలము! మంచిది. (తెరవైపుఁజూచి) భటులారా!

(భటులిరువురు ప్రవేశించి) ఏమియాజ్ఞ.

సెల్యూ—(ఆంటిగోనసుఁజూపి) వీనిబంధింపుఁడు.

భటులు—శ్రీవారియాజ్ఞ. (ఆంటిగోనసునుబంధింతురు)

సెల్యూ—వీనిని వధ్యభూమికిఁ గొనిపోయి వధించిరండు. ఈక్షణమే.

భటులు—(పోవుచుండ)

హెలేన—భటులారా! తాళుఁడు. తండ్రీ! ఇప్పటికీతని క్షమించివిడువుము.

సెల్యూ—క్షమింపఁదగదు. వీనికింతటి యౌద్ధత్యమా?

హెలే—పదవినుండి తొలఁగింపుము.

సెల్యూ—ఆశిక్ష చాలదు.

హెలే—పోనిమ్ము. రాజ్యమునుండి వెడలింపుము. చంపింపవలదు.

సెల్యూ—వీనివధించినఁగాని నాక్రోధాగ్ని చల్లాఱదు.

హేలే—ఆంటిగోనసు వీరుఁడు. ఆతఁడు తనయపరాధము నంగీకరించెను. తప్పక క్షమింపవలెను. దేశమునుండి తొలఁగించినం జాలు.

ఆంటి—నాయందపరాధమున్నదని యంగీకరించెదఁగాని క్షమింపుమని ప్రార్థింపఁజాలను. నాకుఁ దగినంత శిక్ష విధింపవచ్చును.

హేలే—తండ్రీ! వానికొఱకు నేను ప్రార్థించుచున్నాను.

సెల్యూ—హేలేనా! అట్లుకోరవలదు.

హేలే—(పాదములపైఁబడి) తండ్రీ! క్షమింపకతప్పదు.

సెల్యూ—మంచిది. క్షమించితిని. ఆంటిగోనస్! వెడలిపొమ్ము. నాసామ్రాజ్యమున నీవు వసించిన మృత్యువు సంప్రాప్తించును. (భటులఁగని) వానివిడువుఁడు. పోనిండు బ్రతుకనిండు.

ఆంటి—(లజ్జించుచు నిష్క్రమించును.)

హేలే—తండ్రీ! నీవు క్షమించెదవని విశ్వసించితిని.

సెల్యూ—తల్లీ! ఈవృద్ధుఁడు నిన్ను నాదరించునా?

హేలే—(మందహాసమున) ఈవిషయమున థెమిష్టిక్లైస్సే మనినాఁడు.

సెల్యూ—ఏమియు లేదు. నీకేమియుఁ దెలియదు. సుఖముగ నిద్రింపుము.

(సెల్యూకసు నిష్క్రమించును.)

హేలే—నీయిష్టమే నాయిష్టము. నీయపారప్రేమకు నే నేమి యొసంగఁగలను. నిన్నుఁ జంపనుద్యమించినవాని నే నెట్లువరింపఁగలను.

(నిష్క్రమించును.)

ద్వితీయదృశ్యము. స్థానము:—రణక్షేత్రసమీపమునశిబిరము.

కాలము:—రాత్రి.

(ప్రవేశము:—మురయుఁ జాణక్యుఁడు.)

ముర—రేపుయుద్ధమా?

చాణ—అవును.

ముర—చంద్రగుప్తుఁడాక్రమింపఁజాలునా?

చాణ—నిశ్చయముగ నాక్రమింపఁగలఁడు, ఈయాంశమింతకుఁ బూర్వము చెప్పియుంటినే? ఇపుడా సందేహ మెందుకు?

ముర—గురుదేవా! మనస్సమాధానముకొఱకు యుద్ధము వలనఁ గార్యము ఫలింపదని తోఁచుచున్నది.

చాణ—(ఆశ్చర్యమున) మురా! ఏమనుచుంటివి?

ముర—చంద్రగుప్తుఁడు, నందుఁడు నాకుమారులు. వారిరువురు నేకవృంతమునఁగల పుష్పములు. నాహృదయాకాశమునకు వారిరువురు సూర్యచంద్రులు. ప్రళయమున కోర్వఁజాలను. గురుదేవా! వలదు; కార్యము లేదు. చంద్రగుప్తుఁడు భిక్షార్థియైయుండుఁగాక.

చాణ—అబలా! నీయభిప్రాయమెఱిఁగితిని. వివాదము వలదనియు సామమునఁ గార్యమొనర్చిన మేలని నీతలంపు. అట్లున్నఁదుఁ గానేరదు.

గీ. రాజ క్రౌర్యంబుఁ గౌటిల్యమే జయించుఁ
బ్రజ్వలించిన సన్నిపాతజ్వరంబు
ధ్వంసముం జేయఁ గాపాలి వలయుఁగాక
యగునె వాసంతకుసుమాకరౌషధమున?

ఇంతకు ఫలోన్ముఖసమయమున కీవిచారమేల? అంతయు సిద్ధమైనది. ఇపుడు నీనిరుత్సాహవాక్యముల నాలింప వేళలేదు. విళంబము వలదు. శీఘ్రముగ నీశిబిరమునకుఁ బొమ్ము.

ముర—నిరుత్సాహవాక్యములా? నన్నింత తిరస్కరింపఁదగునా? గురుదేవా? ఈహృదయమున నేనేమిభరించుచున్నదాననో యెఱుంగరా! నేనెంత సహించితినో యెఱుఁగరా?

చాణ—అంతయు నేనెఱుంగుదును. అబలవు. నీవేమెఱుంగుదువు. వైరిని కారాగృహంబున బంధించినంత కార్యమొనర్చి యనంతరము వానిరక్తము సహితముఁ గనులఁజూడ నిశ్చయించుకొనిన మనకిపుడీ నిరుత్సాహమేల? నీవేమెఱుంగుదువు. ఈహృదయమునఁ బ్రతిహింసాజ్వాల యెట్లు మండుచున్నదో నీవేమెఱుంగుదువు. యుద్ధ మనివార్యము. శిబిరమునకుఁ బొమ్ము.

ముర—అయిన గురుదేవా!

చాణ—(కఠోరస్వరమున) పలుకవలదు శీఘ్రముగ వెడలుము.

ముర—(భయమునటించుచు నిష్క్రమించును)

చాణ—(ఏకాకియై పాదచారణముఁ జేయుచు) ఊర్ణనాభచర్మము, సూకరముఖము, శవదహనగంధము, గార్దభధ్వనియు, నేరండతైలము, నామస్తిష్కముతో నేకీభవించి సలసలమరగుచున్నట్లున్నది. పరివర్తనంబున, నూతనసృష్టి దృగ్గోచరమగుననుట నిశ్చయము. ఓయదృశ్య మహాశక్తీ! కుటిలా! మధుపూతిగంధమయమగు నీశాకికాంశము నామూలమున నిర్వర్తింప నిశ్చయించితివా? (తెరవైపుఁజూచి) ఆపడుచున్న శిశిరబిందువులు, నానేత్రములకుస్ఫులింగములుగఁ గన్పట్టుచున్నవి. ఆకాశము, నాహృదయమువలె జ్వలించుచున్నది. నేనీజ్వాలాకలాపమునఁ బాదచారణముఁ జేయుచున్నాను. ఆజ్వలించుచున్న యగ్నిహోత్రమే, పరిశుద్ధవైదిక బ్రాహ్మణతేజము. (మందహాసముఁ జేయుచు) ఈకలియుగమున సహిత మొకమారు బ్రాహ్మణప్రతాపము గన్పట్టునా? (ఆకాశముఁజూచుచు) ప్రేయసీ! ముఖమున కుటిల మందహాసము నలంకరించి, భయంకరశిరముఁద్రిప్పుచు నానసి చెప్పు

చుంటివా? ఔను. నిన్ను నేనెఱుంగుదు. సుందరీ! నీ ప్రేమకు బద్ధుండనై తుదకు వెంగలినైన నగుదుంగాక. నిన్ను విడువఁజాలను (తెరవైపుఁజూచి) ఎవఁడావచ్చుచున్నవాఁడు? ఓహో! కాత్యాయనుఁడా?

కాత్యా—(ప్రవేశించి) ఔను. నేనే.

చాణ—ఇంత రాత్రివేళ రాఁ గారణము?

కాత్యా—విశేష మున్నది. నందునివృద్ధమంత్రి వచ్చెను.

చాణ—(తొందరపాటుతో) వచ్చెనా? అట్లయిన?

కాత్యా—సంధిఁగూర్చి ప్రసంగించెదను.

చాణ—ఏవిధముగ?

కాత్యా—అనేకాంశములఁగూర్చి ప్రసంగించుచు "నన్నదమ్ములకిరువుర కీరణమమి? రాజ్యమిరువురకు విభాగించిన మేలు. నందుఁడేమియుఁ దెలియనివాఁడు. తమ్ముని నేరము నన్న క్షమింపవలదా" యనెను.

చాణ—(నవ్వుచు) బాగుగనున్నది. మంచిది. చంద్రగుప్తుఁడా స్థలమున నుండెనా?

కాత్యా—ఉండెను.

చాణ—నందునివృద్ధమంత్రి మిక్కిలి విచక్షణుఁడు. చంద్రగుప్తుఁ డేమైనఁబలికెనా!

కాత్యా—లేదు.

చాణ—నీవేమైనఁబలికితివా?

కాత్యా—నీతోఁ బ్రసంగించిన యంశమును ప్రత్యుత్తర మిచ్చెదనని పల్కితని.

చాణ—ఆతఁడు నాకడ కేలరారాదు?

కాత్యా—ఆతఁడు మీకడకురా నంగీకరింపలేదు.

చాణ—(తనలో) అశుభము గన్పట్టుచున్నది. పరాజయ ము

నివార్యమని తోఁచుచున్నది—మంచిది—

కాత్యా—నీయభిప్రాయమేమి?

చాణ—ఏమియు లేదు—"మనసాచింతితం కర్మవచసాన ప్రకాశయేత్"

కాత్యా—నేను నీమిత్రుఁడఁగదా?

చాణ—"నమిత్రే ప్యతివిశ్వసేత్" అందుచే నిపుడు నీతోనేమియుఁ జెప్పరాదు. సంధిమాత్రము పొసంగదు.

చాణ—నీవిపుడు నీశిబిరమునకుఁ బోవచ్చును. నేను నాప్రేయసితో విమర్శింపవలసియున్నది.

కాత్యా—(ఆశ్చర్యముతో) ప్రేయసియా? నీకు భార్య యున్నదా?

చాణ—నీవెఱుంగవుగాక. (మందహాసమున) నాకొకసాని యున్నది.

కాత్యా—ఆఁ—నిశ్చయముగ—

చాణ—(అట్టహాసముఁ జేయును)

కాత్యా—(ఇంచుక కోపముం జూపును).

చాణ—నీవావృద్ధమంత్రి నెఱుంగుదువా?

కాత్యా—ఎఱుంగకేమి? బాగుగ నెఱుంగుదును. బాల్యమున మేమిరువుర మొక గురువువలన శాస్త్రముల నభ్యసించితిమి. మనోవిజ్ఞానమున నాతఁడపారశేముషీవంతుఁడు. అతఁడు కేవల మహర్నిశము సాంఖ్యముఁ బఠించును.

చాణ—నీవు పాణిని పఠించియుందువు.

కాత్యా—పరిహసించెదవా? పాణినీయవ్యాకరణమున నా కొక్కొక్కసూత్రమున కనేక గూఢవ్యాఖ్యానములున్నవి.

చాణ—నీవా వ్యాఖ్యానముల సారమంతయు నెక్కుమ్మడిఁ గ్రోలియుందువు. నీపాణినితో నాకుఁబని లేదు.

కాత్యా—పాణిని నీవు నిరసించుచుంటివి.

చాణ—నందుఁడు నిన్నుఁ గారాగృహంబున నేలబంధించెనో నేనెఱుంగుదు.

కాత్యా—ఎట్లు?

చాణ—నీపాణినీయజ్వాలయే యందుకుఁగారణము. నీవు పాణినీయమును భక్షించుచుందువని యాతఁ డెఱింగెను. రాజ్యవివాదమునఁ బాణినియే నీకుఁగావలెను. యుద్ధమునందు సహాయము పాణినియే. అతివృష్టికైన, ననావృష్టికైనఁ బాణినియే. మహారాజునకు మహారాజ్ఞికిఁ గలిగిన కలహమునకునైతము పాణినియే. నీపాణినీయమునకు నందుఁడస్థిరుఁడయ్యెను.

కాత్యా—అస్థిరుఁడయ్యెనా? ఎట్లు?

చాణ—నీపాణినిచే రాజునకు శూలవేదన సంభవించెను శిరముభ్రమించెను. ఉపాయాంతరము లేకుండుటఁబట్టి నిన్నతఁడు బంధింపవలసివచ్చెను. తుదకు నిన్నింతకుఁ దెచ్చినదదియే.

కాత్యా—ఎంతకుఁదెచ్చినది?

చాణ—విచక్షణబుద్ధిఁగలవాఁడు వ్యాకరణముఁబఠించి లోకమున మెలంగఁజాలఁడు,

కాత్యా—నీవేమియు నెఱుంగవు. పాణినీయసూత్రములు—

చాణ—అవును. నీశిబిరమున కేగుము. చంద్రకేతుఁ డెచట నుండునో చూడుము.

కాత్యా—చంద్రగుప్తుని శిబిరమున నున్నవాఁడు.

చాణ—నీపాణినీయసూత్రమున చంద్రకేతుని రక్షింపుము.

కాత్యా—పాణినీయమును నీవు నిరసింప—

చాణ—పొమ్ము. వానిఁ బంపుము.

కాత్యా—అట్లొనర్చెదఁగాని పాణిని—

చాణ—నీ పాణినికొక నమస్కారము. యుద్ధక్షేత్రమున రెండు జాముల రాత్రివేళ నీ పాణినీయముతో నేమి పనియుండును. వానిని వేగముగ బంపుము; అత్యవసరము.

కాత్యా—సరియే. పాణినీయసూత్రము—

చాణ—పాణినియు, నీవు, నరకమునకేగుదురుగాక. పొమ్ము.

కాత్యా—పాణినీయము శుద్ధవ్యాకరణమని లోకవిశ్వాసము. పాణినీయసూత్రములయందు సహితము వేదాంతసారమున్నది.

చాణ—మాకు దానితోఁ బనిలేదు. వెడలుము. వానిఁ బంపుము.

కాత్యా—మంచిది. పోవుచున్నాను. (పోవుచు) నీవు పాణిని నవమానించితివి. ధర్మముగాదు. (దుఃఖించుచు నిష్క్రమించును.)

చాణ—కేవలము ప్రవృత్తిఁబట్టియే కార్యము జరుగుచున్నది. ప్రేయసీ! ఏమందువు? నందుని వృద్ధమంత్రి ప్రయోగించిన చమత్కారమమోఘము. పరాజయమా? పర్యవసానమెట్లుండును? నేను సహితము గ్రహించితిని. నీవు సహితమెఱుంగుదువు. వృద్ధమంత్రి మహాశయా! చాణక్యునకు నీవు చాలవు. ఇంతమాత్రమునకా నన్నుఁ దర్కింపఁ జేసితివి?

(చంద్రకేతు ప్రవేశించి) మహాశయా! నమస్కారము.

చాణ—జయమగుఁగాక. అవును. నిన్ను రప్పించితిని.

చంద్రకే—ఆజ్ఞకు సిద్ధముగనున్నాను.

చాణ—రేపు యుద్ధము. జయము నిశ్చయము. నీవు ప్రాణములు గోల్పకుండఁ బోరాడిన—

చంద్రకే—గురుదేవా! అట్లు పలుకనేల ? నన్ను మీరు విశ్వసింపుఁడు.

చాణ—నీయందు విశ్వాసములేక గాదు. చంద్రగుప్తుని విశ్వసింపఁజాలను.

చంద్రకే—ఎందుచేత?

చాణ—చంద్రగుప్తునకుఁగల యాశ నొక యనిర్వాచ్యప్రవృత్తి సమీపించి యణంచుచున్నది. లక్షింపఁగా నొక మేఘము హఠాత్తుగ నావరించినట్లున్నది. వర్షింపదు, రెండుమూఁడు బిందువులుమాత్రము పడును. ఇట్లు గాకున్న చంద్రగుప్తునిశౌర్య మనివార్యము.

చంద్రకే—మీయాజ్ఞకు సిద్ధముగనున్నవాఁడను.

చాణ—మంచిది. రేపు యుద్ధము. అంతపర్యంత మతనిపార్శ్వమున నెల్లప్పుడు వేచియుండుము. యుద్ధమునందు సైత మతని విడువరాదు.

చంద్రకే—గురుదేవా! మీయాజ్ఞకుబద్ధుండను.

చాణ—నేను, మురయు, నాపర్వతసమీపమునఁ గలసేతుపార్శ్వమున మీవిజయైకవార్తకై ప్రతీక్షించుచుందుము.

చంద్రకే—చిత్తము.

చాణ—ఇఁక నీవుపొమ్ము.

చంద్రకే—(పోనుద్యమించుచుండ)

చాణ—మఱియు—

చంద్రకే—ఏమియాజ్ఞ ?

చాణ—చంద్రగుప్తుఁడు నిద్రించుచుండునా ?

చంద్రకే—అవును. గురుదేవా.

చాణ—ఊఁ...... వానితోఁబని లేదు. నిద్రింపనిమ్ము. మురఁ

ను—ఆమెతో సహితము పనిలేదు. రేపు, ప్రత్యూషమునకుఁ బూర్వమే మేల్కొని, చంద్రగుప్తుని మేల్కొలుపుము. ముర మేల్కొనని పూర్వమే మీరు రణయాత్రకుఁ బోవలయు. వెడలుము.

చంద్రకే—మహాప్రసాదము—(నిష్క్రమించును)

చాణ—ఉదారయువకుఁడు. కేవల మజ్ఞాని ఇతరులకు సర్వస్వమొసంగుచున్నాఁడు. మూర్ఖా! చంద్రగుప్తుఁడు నీకేమగును ?......

(నిష్క్రమించును)

తృతీయదృశ్యము, స్థానము: హీరట్టుదేశముననొక సౌధము; కాలము:- ప్రభాతము బంధితుండగు సెల్యూకసుతో నాటింగోనసు ప్రవేశించును.

ఆంటి—సెల్యూకస్! నేఁడు నీవు బంధితుఁడవైతివి.

సెల్యూ—అవును. ఎఱుంగుదును.

ఆంటి—నాఁటిదంభ సంరంభములు నేఁడేమైనవి సార్వభౌమా?

సెల్యూ—నేనెప్పుడు దంభముఁజూపియుండను. యుద్ధమున జయాపజయంబులు స్వభావసిద్ధములు. అనేకయుద్ధములలో జయము మొందితిని. నేఁడు నీచేజయింపఁబడితిని. తిరుగ యుద్ధమొనర్చిన—

ఆంటి—ఇఁక యుద్ధముతోఁబనిలేదు. ఇదియే తుదిపోరు.

సెల్యూ—ఇదియే తుదిపోరాటమా? నీవు నన్ను వధింపవని భావించెదను.

ఆంటి—ఎంతమాట. నన్ను వధించెదనా ?

సెల్యూ—అట్లయిన నీవు నిశ్చయించిన దేమి? నీ నేత్రముల నుండు హింసాహేతుకములగు చూపులు వెడలుచున్నవి. ముఖము పాండువర్ణమున విరాజిల్లుచున్నది. దంతఘర్షణమున వికృతరూపము ధరిం

చితివి. నీహృదయమున రాక్షససంకల్పముదయించినట్లున్నది. నీభీష ణాకారమున సర్వము విశదమగుచున్నది.

ఆంటి—నిన్ను వధింపను. మనము సుసభ్యులమగుయవనులము. యుద్ధమున నన్యోన్యము ఖడ్గములఁబ్రయోగించుదుము. ఘాతుకవ్యాఘ్రములఁబోలి పోరాడుదుము. యుద్ధాంతమున శత్రువును గాఢాంధకారగృహంబున జీవితపర్యంతము బంధింతుము. వధింపము గదా?

సెల్యూ—నన్నట్లుబంధించుటకుమారు వధించుటయే మేలు.

ఆంటి—అట్లుగాదు. నిన్ను బంధించుటయే యోగ్యము. సూర్యకాంతియుఁ జొచ్చుటకు వలనుపడనిగృహమున నిన్ను సురక్షితముగఁ గాపాడఁగలను. అయ్యది హత్యలోఁజేరదు. సెల్యూకస్! నేను శైశవమునుండియుఁ బితృహీనుండను. భిక్షాటనంబున జీవింపుమని యీశ్వరుఁడీసృష్టిలో నన్ను విడచెను. కఠోరదారిద్ర్యభారమున, నిజశౌర్యమున దక్షత్వముఁగలిగి, సేనాధ్యక్షుఁడనైతిని. అయ్యది లజ్జాకరమా?

సెల్యూ—ఎప్పుడైన నేనట్లు పలికియుందునా?

ఆంటి—లేదు. లేదు. అయినను, సంసారమున నిట్టి యవిచారముగలదు. "నీతండ్రియెవ్వఁ"డని యెవఁడో ప్రశ్నించినపుడు నేను తగిన ప్రత్యుత్తరంబీయ లేకుండుటచే, నాతఁడునన్ను జారుఁడని పలికి యెవగించి, నన్ను సమాజేతరుఁజేసెను. నాతండ్రినేను నెఱుంగకుండ వచ్చునుగాని నీవలెనే యాతఁడుసహితము మానవుఁడై మానవాకారముఁదాల్చినవాఁడని యూహింపవలదా? జారజుండట. నాజన్మముఁగూర్చి నాకు బాధ్యతలేదు నావాక్యములకు మాత్రము నేను బాధ్యుఁడను. నేనెన్నఁడైన నీచకార్యములఁజేసియుందునా?

సెల్యూ—లేదు.

ఆంటి — అట్లయిన నిన్నిపుడు ప్రశంసింపవచ్చును. ఇపుడు నీకుమారిక, యీరాజపుత్త్రిక, యీయభిజాత్య, యీదురభిమానిని, నన్నేమనునో చూచెదఁగాక.

(అనంతరము బంధితయగు హెలేన రక్షకభటులతోఁ

బ్రవేశించును.)

హెలే — హా! తండ్రీ! (అని సెల్యూకసుపైఁబడును.)

సెల్యూ — హా! హెలేనా! (దుఃఖించును.)

ఆంటి — సార్వభౌమా! సాదరసంభాషణము సంపూర్తియైనదా? మీయిరువురకిదియే తుదిచూపు.

హెలే — తుదిచూపులనుచుంటివా?

ఆంటి — అవును. రాజాధిరాజకుమారీరత్నమా! ఆజన్మాంతము నీతండ్రి కారాగృహనివాసియై యుండును.

హె — విచారణకర్తయాజ్ఞాపించునట్లగుఁగదా?

ఆంటి — నీవుచెప్పవలసిన దేమైననున్నదా?

హెలే — చెప్పుటకేమున్నది! నీవెఱింగినయంశము నీకు జ్ఞప్తికిఁ దెచ్చెదను.

ఉ. ఓడుటయుం జయించుటయు నొప్పగు; నోడలుబంధ్లవచ్చు; బం
ధ్లోడలవచ్చు, నీవెఱుఁగవే వో? విజిగీషనహించియాజిఁబో
రాడినవారెఱుఁగరో జయాపజయంబుల; నింతకింతనో
నాడుదురే విపత్తుల; మనోతిశయంబునకంతముండునే

వీరుఁడగువాఁడు వీరునియెడలఁ జూపఁదగు వీరాచరణము నీవెఱుఁగవా? బంధితునకుఁ జేయఁదగిన మర్యాద జయశీలుఁడెఱుంగకుండునా? ఇపుడు నీయధికారముఁ గూర్చి చర్చించునవస్థలో లేని నేనేమి చెప్పఁ గలను.

ఆంటి—ఇంతమాత్రమేనా? సెల్యూకస్! నీకుమారిక విశేష పితృభక్తిఁజూపుచున్నది.

సెల్యూ—ఆంటిగోనస్! రాజకీయాంశములఁ గూర్చి నీవు ప్రసంగింపవచ్చుఁగాక. తండ్రిబిడ్డలస్నేహము తో నీకేమిసంబంధమున్నది?

ఆంటి—నీగర్వమిప్పటికైన నణంగకున్నదా?

హెలే—ఆంటిగోనస్! నీవు నన్నిప్పుడేలరప్పించితివో నేనెఱుంగుదు. వామనుఁడు చంద్రునినందుకొనఁబోవునట్లున్నది నీప్రయత్నము! నీవు మమ్ముజయించితివి. రాజ్యాధిపతివైతివి. నాహృదయ సామ్రాజ్యమునకీవధిపతివి కాఁజాలవు.

మ. బలవంతుండు జయించి దేహులను నిర్బంధించి దేహంబులన్
బలిమిన్ దుంపగవచ్చు; వారిహృదయస్వాతంత్ర్యమున్ బల్మినై
గెలువంజాలునె? నీవు నాయెడల లోఁగీడించినన్ నామనో
బలమున్ నీవు జయింపఁజాలుదువె? సంభావింపుమీధర్మమున్

తండ్రీ! నిశ్చింతతోనుండుము. నీవు వీరుఁడవు. నీవు గాఢాంధకారమయమగు గృహమునసైన నివసింపఁగలవు. నాకీజన్మంబున నేఁటికినీతో నెడబాటు సంభవించినది. తండ్రీ! అనుజ్ఞనిమ్ము. ఇదియేమి? దుఃఖించెదవా?

సెల్యూ—తల్లీ! దుఃఖింపను.

హెలే—తండ్రీ! ఈకారణమున మనయిరువురిదుఃఖము సమానమే. పురుషునివలె నీవు సహింపుము. స్త్రీవలె నేను సహించెదను. ఈయాంటిగోనస్ నాయందు—

ఆంటి—హెలేనా! నాయెడల నీకింతటిపట్టింపేల? నన్నుఁబెండ్లాడుము. నీజనకుని దాసుఁడనై మెలంగెద. హెలెనా! అనుగ్రహింపుము.

హెలే—(వ్యంగ్యహాసమున) మూర్ఖా! ప్రలోభముఁజూపి వనితాహృదయముఁ గైకొనఁ జూచితివా? మానినీమణిధర్మము ప్రభాత సూర్యునివలె భాస్వరమై, మృత్యువువలె కరాళమై, తల్లివలెఁబవిత్రమై వెలయునని యెఱుఁగుము. ఘోర ముష్టినిడి నాహృదయముఁ గైకొనఁ దలంచుచుంటివి. ఇంచుకంతయు లభింపదు. నేను నిన్నే వగించెదను.

ఆంటి—ఇఁక నాదోషమేమియు లేదు. భటులారా! వీరిరువురఁ బ్రత్యేక గృహముల బంధింపుఁడు.

హెలే—తండ్రీ! అనుజ్ఞనిమ్ము.

సెల్యూ—హెలేనా! (దుఃఖించును.)

హెలే—ఇదియేమి? నీనేత్రములనా బాష్పములు రాలుట? వీరుఁడవయ్యు దుఃఖింపఁదగునా? నేను సహింపఁగలనా? తండ్రీ! ఆహారములేని శిశువును, నవమానింపఁబడినవృద్ధుని, పరిత్యక్తరోగిని, పదాహతమృతకళేబరము జూడవచ్చుఁగాని నీనేత్రములఁగల జలబిందువులఁ జూడరాదు. నేనేమి చేయఁగలను? నాస్వతంత్రాభిప్రాయముఁ జెప్పితిఁగాని, నేనుచేసినదేమి? కానిమ్ము. నేను నిన్ను వివాహమాడుదును. నీకు నేవిక్రయింపఁబడినదాసిని. నాతండ్రిని విడువుము.

సెల్యూ—వలదు. వలదు. హెలేనా! నరకమునకైన నేగెదంగాక; కన్యావిక్రయమున స్వాతంత్ర్యము గోరను. నేను యవనుఁడను. ఈక్షణకాలమునకు దౌర్బల్యము సహించెదనా? భటులారా! కారాగృహంబునకు రండు. మీయిష్టమువచ్చిన స్థలమునకు నన్ను గొనిపొండు. హేలేనా! హేలేనా! దయయుంచుము.

భటులు—(వారిరువురఁ బ్రత్యేకముగఁ గొంపోవుచుండ)

ఆంటి—(సింహాసనము నుండిదిగి) నిలువుఁడు నిలువుఁడు. సెల్యూకస్! నీవు విముక్తుఁడవైతివి. నే జారజుఁడనైనను, యవనుఁడనగుదు

గదా? నేను మిక్కిలి కఠినుఁడనైనను, మీదృశ్యముఁ జూచినంత దుఃఖముగలిగెడి. మహిమామయీ! హెలేనా! నీకు నేయోగ్యుఁడను గాను. సెల్యూకస్. ఈసింహాసనము నాక్రమింపుము.

(అనినిష్క్రమించును.)

(ఎల్లరునాశ్చర్యమున నిశ్చేష్టులై చూచుచుందురు. క్రమక్రమముగ యవనికజారును.)

చతుర్థదృశ్యము. స్థానము.—యుద్ధాంగణము. కాలము:- సంధ్య.

(స్త్రీసన్నివేశసమీపమునఁ, జెలికత్తెలతో ఛాయప్రవేశించును.)

ఛాయ—ఈయుద్ధజయాపజయంబులకై నాహృదయము తల్లడిల్లుచున్నది. దూరమునుండి కేవలము రణకోలాహలము మాత్రము వీనులఁ బడుచున్నది. వీరిరణోత్సాహముఁ జూడ నాహృదయము బ్రద్దలగుచున్నది.

ప్రిథ—రాజకుమారీ! వీరికీయుత్సాహమేల?

ఛాయ—నేను నిదానించునది నీవు ప్రశ్నించినదే. (నిట్టూర్పు పుచ్చును.) ఆమహారాజునకుఁ దగినదానఁగాను మఱివిచారింప నేల?

ప్రిథ—ఏమహారాజునకు?

ఛాయ—చంద్రగుప్తమహారాజునకు.

ద్వితీ—చంద్రగుప్తునిఁ బ్రేమించుచుంటివా?

ఛాయ—ప్రేమించుచుంటినో లేదో యెఱుంగను. నాహృదయము మాత్రమతనిపై నుండును. నేను నిన్నరాత్రి యెట్టి స్వప్నముననుంటినో మీరెవరైన నెఱుంగుదురా?

ద్వితీ—మేమెట్లెఱుంగఁగలము?

ఛాయ—అవును. వినుండు. నేనఁట యాకసమున కెగసితినఁట. భూతలమున నొక్కచంద్రగుప్తుఁడు మాత్రమే కన్పట్టుచుండెనఁట. మఱియుఁ బయికేగుచుంటినఁట. క్రమక్రమముగాఁ బృథ్వి చిన్నదియై

కన్పట్టుచుండెనఁట. చంద్రగుప్తుఁడు కేవలము మార్తాండునిఁబోలి వెలుంగుచుండెనఁట.

ద్వితీ—ఈవిధమునఁ గ్రమక్రమముగ క్షీణించి మరణించెదవు.

ఛాయ—ఎందుచేత?

ద్వితీ—ఈరోగముచేత.

ఛాయ—ఈరోగమనఁగా నేరోగము ?

ద్వితీ—మదనరోగము.

ఛాయ—ఇదియు రోగమగునా ?

ద్వితీ—రోగమా! రోగమునుమించిన మహారోగమా!

ఛాయ—అతనిఁ దలఁచుకొనుచుఁ బ్రాణములఁ ద్యజించుటయే నాకుఁ గావలసినది.

(అంతచంద్రకేతువు ప్రవేశించును.)

ఛాయ—అన్నయ్యా! యుద్ధసమాచారమేమి?

చంద్రకే—నావాహనము వధిపఁబడినది. మఱియొండు గుఱ్ఱమునకై వచ్చితిని. (అనిపోవుచుండ)

ఛాయ—విశేషమేమి?

చంద్రకే—మాకుపరాజయము.

ఛాయ—ఆఁ—పరాజయమా—చంద్రగుప్తుఁడెచట?

చంద్రకే—ఆపదలో నున్నవాఁడు. నేనాతనిఁ గాపాడవలెను.

ఛాయ—నేను సహితము వచ్చెదను. నాగుఱ్ఱము సిద్ధమగునట్లాజ్ఞాపింపుము.

చంద్రకే—మంచిది. (నిష్క్రమించును.)

ఛాయ—మీరు శిబిరములఁ గాపాడుచుండుఁడు.

సఖులు—(ఇరువురు నిష్క్రమింతురు.)

ఛాయ—దైవమా! ఈసుయోగము ప్రాప్తించినందుకుఁ గార్యమీడేఱు నట్లనుగ్రహింపుము. అతని నేను రక్షించునట్లొనర్పుము. ఆతనిఁ గాపాడునిమిత్తము ప్రాణములనైన విసర్జించెదఁగాక. ఆతని నొక క్షణమైనఁ బ్రేమించిన నాజన్మము సార్థకంబగును.

చంద్రికే—ఛాయా! గుఱ్ఱములు సిద్ధముగ నున్నవి. (నిష్క్రమించును)

ఛాయ—నేను సిద్ధముగనే యున్నాను. ఓమహేశ్వరీ! నీవే శక్తిని దానవుల జయించితివో, యాశక్తిలో నొకకణ మనుగ్రహింపుము,

(నిష్క్రమించును,)

పంచమదృశ్యము,

(స్థానము:—సేతుసమీపమున నరణ్యము:—కాలము:—సంధ్య)

(చాణక్యుఁడు ప్రవేశించి) క్షుత్పీడిత శునకముల రణరంగమునకు విడిచితిని. వైరులరక్తధారల యథేచ్ఛముగాఁ గ్రోలుచున్నవి. అప్పుడప్పుడు వ్యాఘ్రభల్లూకములు మానుషరక్తముఁ ద్రావుటగలదు. ఇపుడు మనుష్యులామృగములఁబోలి హింసాంధత్వమున నన్యోన్యరక్తధారలఁ గ్రోలుచున్నారు. దాహముతీరునట్లు లేదు. జగత్సృష్టి జీవహింసాహేతుకమైనది—ఈసూర్యుఁడస్తమించెను. తిరుగ రేపుదయించును (తన్నుద్దేశించుకొని) ఈసూర్యుఁడట్లుదయింపక క్రమక్రమముగ శీర్ణమై ధూళిధూసరమగును.

(తెరవైపుజూచి) వచ్చుచున్నవారెవరు?

(కాత్యాయనుఁడు ప్రవేశించి) నేను—

చాణ—మంచిది, కాత్యాయనా! విశేషమేమి?

కాత్యా—మనకు పరాజయము సంభవించినది.

చాణ—పరాజయమా?

కాత్యా—చద్రగుప్తుఁడోడి పలాయితుఁడయ్యెను. సైన్యము చెదరి పోవుచున్నది.

చాణ—చంద్రగుప్తుఁడు పలాయితుఁడయ్యెనా? ఎచటికి?

కాత్యా—నేనెఱుంగను.

చాణ—చంద్రకేతుఁ డెచట?

కాత్యా—ఎఱుంగను. వానియశ్వము మాత్రము చచ్చి పడియున్నది.

చాణ—ఇంతపర్యంతము నీవుచేయుచున్న పనియేమి?

కాత్యా—పర్వతముపైనుండిరణముఁ జూచుచుంటిని.

చాణ—రణముఁజూచుచుంటివా?—హస్తగతము, నిశ్చితము, సగు జయము—అహాహా!

కాత్యా—చంద్రగుప్తుఁడు తిరుగవచ్చును.

చాణ—(ఆగ్రహమున) ఎందుకు? నీవిఁక వెడలుము. సైన్యమునకుత్సాహముఁగొల్పుము. చంద్రగుప్తుఁడు నూతనబలముతో వచ్చుచున్నాఁడని చెప్పుము. నామాటగా, జయము నిశ్చయమని, మనసైనికులకుఁ దెలియఁజేయుము. ఊఁ—శీఘ్రముగఁబొమ్ము.

కాత్యా—మంచిది. (నిష్క్రమించును.)

చాణ—"కంటకేనైవకంటక" మ్మను న్యాయము ప్రయోగింపఁదగును. ఇఁక చింతింపఁబనిలేదు. మురా! మురా!

ముర—(ప్రవేశించి) గురుదేవనియాజ్ఞ.

చాణ—బాగుగ నేడ్వఁగలవా?

ముర—అది యేమి?

చాణ—చంద్రగుప్తుఁడువచ్చును. నీవేడువవలయు.

ముర—(దుఃఖించుచు) హా కుమారా! (అని తెరవైపునకుఁ బోవును.)

చాణ—ఇప్పుడు ప్రేమకుఁ గాలముగాదు. ఇపుడు నిష్ఠురమునకుఁదగిన సమయము. దుఃఖబాష్పములవసరము. అభినయమునకు సిద్ధముగనుండుము.

(అంత ముక్తాయుధుఁడై చంద్రగుప్తుఁడు ప్రవేశించును.)

చాణ—ఓహో! చంద్రగుప్తమహారాజుగారా? మురా! నీ కుమారునిఁ గౌఁగిలింపుము. వైరులజయించివచ్చినవాఁడు.

చంద్ర—గురుదేవా! అంతటిభాగ్యము నాకులేదు

చాణ—అట్లనా! ఏమి?

చంద్ర—నేను రణక్షేత్రమునుండి పలాయనుఁడనై వచ్చినవాఁడను.

చాణ—.అసంభవము. మురాపుత్రుఁడు రణక్షేత్రమునఁ బలాయనుఁడగునా?

ముర—పలాయనుండవైవచ్చితివా? చావకుంటివా? భీరువా!

చాణ—క్షమింపుము. ఇదిక్షణకాలదౌర్బల్యము. చంద్రగుప్తా మనము పురుషులము. మనకిదితగదు. వేగముఁగ రణమునకుఁబొమ్ము.

చంద్ర—యుద్ధమునకుఁబోఁజాలను.

చాణ—పోఁజాలవా! ఎందుచేత?

చంద్ర—ప్రక్కఁబుట్టినవాని వధింపఁజాలను.

ముర—కాపురుషాధముఁడు నీసోదరుఁడా!

చంద్ర—నాసోదరుఁడు కాపురుషుఁడెట్లగును?

చాణ—నిన్ను దేశమునుండి వెడలించినవాఁడా నీసోదరుఁడు?

చంద్ర—అతఁడెవఁడైననేమి? నాసోదరుఁడు.

ముర—ఎవఁడు నీతల్లినవమానించెనో యాతఁడేనా నీతమ్ముఁడు? మాటలాడవేమి? నందవంశీయుఁడా! శూద్రాణిపుత్రుఁడా! నీవు రాజ్యమునకనర్హుఁడవు.

చాణ—ఎవని రాజత్వము ధౌర్త్యమునఁ బరిపూర్ణమైయుండెనో!

చంద్ర—గురుదేవా! భ్రాతృవిరోధమునకు నన్నుఁ బురికొల్పఁ దగునా?

ఉ. నెత్తురుకూటికైయకట నెచ్చెలుల న్నిజసోదరాది గో
త్రోత్తములన్వధించుటకు నొప్పకయున్నది వజ్రమయ్యు నా
చిత్తము; చేతులారఁ జలిచీమను సైతము చంపరాను; నే
నిత్తఱి నా సహోదరుని నెట్లువధించెద బ్రాహ్మణోత్తమా!

చాణ—అవును. బాగుగనేయున్నది. అర్జునునకు శ్రీకృష్ణుఁ డుపదేశించినది నీవెప్పుడైన వినియుందువా?

చంద్ర—క్షమింపుము గురుదేవా! శ్రీకృష్ణునియుక్తి నాహృదయమునకు సరిపడదు.

చాణ—(కోపముతో ఈపాపమార్యావర్తమునకుఁ జెందును.) గీతారహస్యము నీవేమెఱుఁగుదువు? శాస్త్రచర్చ బ్రాహ్మణులకుఁ జెల్లుఁగాక.

చంద్ర—బ్రాహ్మణాధికారమును బ్రాహ్మణులే యనుభవించుఁగాక. నేను నెలవుఁ గైకొనెదను.

చాణ—చంద్రగుప్తా! నీదౌర్బల్యము నిప్పుడప్పుడు నిదానించుచుంటిని. రణమునందే యిట్టిదౌర్బల్యము పూర్తిగఁ గనంబడును. నీకొక్కరహస్యముఁ జెప్పెద వినుము. కేవలము నిరాశాపరుండవై దినమంతయు వెచ్చింపుము. ఉష్ణాశ్రుజలముల రాత్రుల నుపధానముల నభిషిక్తములఁ జేయుము. ఒకప్పుడు భోరున నేడ్చుటయు నొకవిలాసమే యగును గాని కర్మక్షేత్రమునందు నిల్చియున్నప్పుడుమాత్రము దౌర్బల్యముఁ జూపరాదు. అట్టిదౌర్బల్యముఁ జూపితివేని భూమి కంపించునట్లు శరీరము వడంకును. శతసంవత్సరములనుండి చేయుచున్న కార్య

ము వ్యర్థమగును. ముహూర్తకాలములో జీవితసాఫల్యము నిష్ఫలమగును. జీర్ణవస్త్రసమమగు దుర్మోహము హృదయమునుండి తొలఁగింపుము. యుద్ధమునకగ్రేసరుఁడవై నిలువుము.

చంద్రి—గురుదేవా! క్షమింపవలయును.

ముర—చంద్రిగుప్తా! నీవు నాపుత్రుఁడవే? ఏ నందుఁడు—

చంద్రి—ఆతని నీవేల క్షమింపరాదు. ?

ముర—అవును. నేనెట్లు క్షమింపఁగలను. సర్వాంగములయం దహర్నిశము శతవృశ్చికవిషజ్వాలఁబోలి, పరిభవాగ్ని జ్వలించుచున్నప్పుడు, శీతలముఁ జేయఁగలిగినది నందునిరక్తముగాక, మఱియొండేమున్నది ?

చంద్రి— తల్లీ! శైశవమున నతనితో నేనెంతకాల మాటలాడితిని! అతనికి నేను నేర్పినయాటలెన్ని? ఇంతయేల? నీవు నందునిఁ బెంచి పెద్దఁజేసియుండవా? అతని నీవు ముద్దాడియుండవా? కుమారుఁడని యక్కునఁజేర్చియుండవా? ఆతఁడు దుఃఖించునప్పుడు నీవోదార్చియుండవా? ఒకప్పుడాతఁడు గుఱ్ఱముపైనుండి బడినప్పుడేఁ గాపాడినందుకు నీవు నన్ను మెచ్చుకొనియుండవా? నేఁడాతని కోమలతరుణముఖముఁ గన్నార రణరంగమునఁ జూచితిని. హృదయము ద్రవీభూతమైనది. అతని లక్షించి ఖడ్గమెత్తి నేఁజంపఁబోవునప్పుడు నారక్తనాళములయందు పితృరక్తము ప్రవహించి హృదయమునుండి "వలదు వలదు. చంద్రిగుప్తా!" యనుపలుకులు నాచెవులఁబడెను. నేనెట్లుచంపఁగలనమ్మా! అతఁడు నాతమ్ముఁడు. నే వధింపఁజాలఁ.

ముర— నందుఁడు నీకుఁ దమ్ముఁడగుఁగాక. నాకేమగును ?

చంద్రి—నాకుఁదమ్ముఁడైనప్పుడు నీకుఁ గుమారుఁడగును. గర్భధారణము లేనంతమాత్రమునఁ గుమారుఁడు కాఁగూడదా? నందునిగన్నతల్లి గతించిన యనంతరము నీవు మాతృస్వరూపిణివై పెంచి పెద్ద

జేయలేదా? స్తన్యపాన మొసంగలేదా? వక్షమున ధరించి ముద్దాడ లేదా?

ముర—అందుచేతనే క్షమింపఁజాలను. లేకున్న క్షమించి యుందును. ఈయంశము లాతఁడు నుడివినను నేను నుడువఁజాలను. చండాలుఁడగు వాచాలుఁడు నా కేశపాశంబుల్ బట్టి లాఁగినప్పుడు—"శూద్రాణి రాజమాతా" యని పరిహాసముల్ఘోషించునప్పుడు—ఆహా! నీతల్లికి సంభవించిన యవమానము నీయది కాదా? నీ వాలోచింపవలదా? "తల్లి" యనుభావము నీకు సహింపము లేశమంతవలెనా ?

చాణ—ఏకమాతృగర్భంబున జనియించినను సంబంధమనునది లేదు. తల్లికంటె నతఁడు నీకధికుఁడా? జగతిలో నెయ్యది ప్రథమగణ్యమో నిదానింపవలదా? పుత్రుఁడు తల్లియవమానమునకు బాధ్యుఁడు కాఁజాలఁడా? (మురఁజూచి) నిర్భాగ్యురాలా! ఏడ్వుము. భోరుమని యేడువుము. దిక్కు లేదని యేడువుము. పుత్రుఁడను వాఁడు లేఁడని యేడువుము. ఈనీకుమారుఁడు—శూద్రాణీపుత్రుఁడు—తల్లియన నేమియో యెఱుంగఁడు. జగతిలోఁగల పవిత్రవస్తువులలోఁ దల్లిని మించునది లేదని యెఱుంగఁడు.

చంద్ర—గురుదేవా! ఎఱుంగుదును.

చాణ—ఛీ! ఛీ! ఏమియు నెఱుంగవు. లేకున్న తల్లి నిట్లు బాధించెదవా! నీశరీరము తల్లిశరీరములో నొకటియై యుండలేదో!—నీవొక ప్రాణమై, యొకహృదయమై, యొకనిశ్వాసమై, యొక యాత్మమై యుంటివో—పిమ్మట వేరైతివో—అగ్నిస్ఫులింగములవలె-సంగీతమూర్ఛనలబోలి—చిరంతన ప్రహేళికా ప్రశ్నమువలె నున్న యేయమృత స్వరూపిణి, తనరక్తమును వక్షఃకటాహమునుండి దుగ్ధరూపమున నీకొసంగెనో—ఏచంద్రవదన నీయధరమున మందహాసామృతమును నింపెనో—నీనాలుకకు భాష

యెలవడఁ జేసెనో? ఏలలన, పరదేవతయై, ఏకాంతామణి వాణియై, నీ లలాటము నాశీర్వాదచుంబనముఁ బవిత్రము చేసి, నీరోగమును—శోకమును, దైన్యమును, నీపక్షమునుండి తొలంగింపఁ జేసెనో? ఏకృపాస్వరూపిణి నీమ్లానముఖము నుజ్జ్వలింపఁ జేయఁ దనప్రాణములనైన నర్పింప సిద్ధముగ నుండునో? ఏవెలఁది, స్నేహమందాకినియై శుష్క—తప్త సంసారమరుభూమిని శతధారలై ప్రవహించుచున్నదో, ఏపొలఁతి—మానవజీవితమునఁ బ్రభాతసూర్యునిఁ బోలి, యపార శుభ్రకరుణా కిరణములఁ బ్రసరింపఁ జేయునో, ఏపడఁతి—ప్రత్యుపకారనిస్పృహతో నిన్నుఁ బెంచి పెద్దఁ జేసెనో—ఆమెయే యీమె. నీతల్లి—శూద్రాణి—

చంద్రి—గురుదేవా! క్షమింపుము. తల్లిని వధింపఁజాలను.

ముర—చంద్రగుప్తా! నీకు నాకు సంబంధము లేదని నేఁటి కెఱిఁగితిని. నందుఁడు క్షత్రియుఁడు; నీవు క్షత్రియకుమారుఁడవు. నేను శూద్రాణిని. పాపవశమున నిన్నుగర్భమున ధరించితిని. నేనెవర్తను. నీవెవ్వఁడవు. నీకుఁ దల్లి లేదు. నాకుఁ గుమారుఁడు లేఁడు.

చంద్రి—పుత్త్రునిపై నింతటి నిష్ఠురము తగునా! తల్లివగుట యట్లుండ, నీవు నాధర్మస్వరూపవు, నాయీశ్వరివి. నీయాజ్ఞ యనుల్లంఘనీయమని యెఱుంగుము.

ముర—అదియే నిశ్చయమైన యుద్ధమునకగ్రేసరుఁడవుగమ్ము. ఏమి? అట్లుంటివి? చంద్రగుప్తా! మాటలాడవేమి? (గద్గదస్వరమున దుఃఖించుచు) అవమానితయు—ప్రపీడితయు—పదాహతయు నగు నీతల్లిని—శూద్రాణిని—నిన్నాజ్ఞాపించుచున్న దానను. నీయిష్టము.

చంద్రి—హా! ఎట్టివిషమావస్థ ఘటిల్లినది?

ఉ॥ జీవసమానుఁ డైనగురు । దేవునియాజ్ఞఁ దృణీకరించి నా
జీవనధాత్రి తల్లియు వచించిన పల్కుల ధిక్కరింపనా?
భావమునందు బాంధవముఁ బాసి సహోదరు సంహరింపనా?
దైవమ! యేమి చేయుటకుఁ ధైర్యము చాలదు మూఢచిత్తుఁడన్ 18

(విచారించుచు)

ఉ॥ ఈవిధి నేనుచింతిలగ నేటికిఁ బూర్వము తండ్రియానతిన్
దైవసముండు భార్గవుఁడు తల్లినిఁ దమ్ములఁ జంపె వెండియున్
జీవులఁ జేసె; నాకటులు చెల్లునె? యాతని కేను సాటియే?
దైవమ! యేమిచేయుటకుఁ ధైర్యముచాలదు మూఢచిత్తుఁడన్ 19

వేయేల? (ఇంచుక యాలోచించు నట్లభినయించి) అవును నాకీతలంపులతో నేమిపని?

చం॥ గురువులు దల్లిదండ్రులునుఁ గోరియొసంగిన యట్టియానతిన్
శిరమునఁదాల్చి కార్యములఁ జేయుట ధర్మము; తత్ఫలంబులో
నరయగరాదు. నాజనని యానతి నీగురుదేవు నానతిన్
మురమొనరించెదన్ రిపులఁ ద్రుంచెద నావిధ నేనొనర్చెదన్ 20

దైవమా! సాక్షీభూతుఁడవై యుండుము. తల్లీ! చెప్పఁదగినదంతయుఁ జెప్పితి. నీయాజ్ఞ నాకనుల్లంఘనీయము. ఈకుటిలజగత్తున నాకు మార్గముఁజూపు విద్యుద్దీపశిఖవు నాజీవితాంధకారమునకు నీవు నక్షత్రమవు. సంసారసముద్రమున నీయాజ్ఞయను నౌకపై జీవింపవలసియున్నది. తల్లీ! నీకు లేనిబాంధవ్యము నాకెందుకు? ఆశీర్వదింపుము. ఇప్పుడే యుద్ధమున కేగెద.

గీ॥ మాన్భుజభ్రమితోద్దండ మండలాగ్ర
దళితరిపుశిరఃకోటీర గళితమణుల
ఘృణులు, భవదీయపాదపంకేజములకు
నేఁడు నీరాజనంబు కా నిశ్చయముగఁ

ముర—ఇప్పుడు నీవు నాకుమారుఁడవు.

చాణ—నిశ్చయముగ నీవు నాశిష్యుఁడవు. దౌర్బల్యము హృదయమునుండి తొలఁగింపుము.

(తెరలో) ఇచ్చటే—ఇచ్చటే.

చాణ—వింటివా! వచ్చుచున్నారు. లెమ్ము. సిద్ధముగనుండుము. మేఘనిర్ముక్తసూర్యునింబోలి ద్విగుణీకృతతేజశ్శాలివై విరాజిల్లుము. అదిగో! తూర్యధ్వని. నీసేనాసమూహము వచ్చుచున్నట్లున్నది. భయములేదు. చంద్రగుప్తుఁడొకఁడే శతనందులకుఁదుల్యుఁడు. నా శిష్యుఁడొకనికిఁ జిక్కువాఁడుగాదు. చంద్రకేతువు నీకొఱకై నిరీక్షించుచుండును. వెడలుము. వెడలుము. జయమగుఁగాక.

(తెరలో తిరుగ) ఈయడవిలోనే.

చాణ—చంద్రగుప్తా! వింటివా? సిద్ధముగనుండుము. జయము నిశ్చయము. మురా! రమ్ము! (నిష్క్రమించును).

ముర—చంద్రగుప్తా! నాపాదధూళిఁగొనుము. (పాదధూళి నొసంగి నిష్క్రమించును.)

(మఱియొక ప్రక్కనుండి ఖడ్గహస్తుఁడై భటులతోనందుఁడు ప్రవేశించును.)

నంద—ఈ కాపురుషుఁడీ స్థలమున డాఁగియున్నవాఁడు. రండు ఆక్రమింపుఁడు. (ఆక్రమించును.)

చంద్ర—నీప్రాణములరక్షించుకొనుము. (అని ఖడ్గముఁ బైకెత్తి (తనలో) దైవమా! శరీరము వణఁకుచున్నది. (ఉద్రేకించి భటులపైఁబడును, సైనికులుకొందఱు నేలపైఁగూలుదురు. కొందఱు చెదరి పరువిడుదురు. చంద్రగుప్తుఁడు నందునిపైఁబడును. చంద్రగుప్తుని ఖడ్గాఘాతమునకు నందునిఖడ్గము చేనుండిత్రుల్లిపడును. చంద్రగుప్తుఁడు—నందునితలఁద్రుంప నుద్యమించును. నందుఁడు వలదని నివారించుచు) రక్షింపుము. రక్షింపుము. చంద్రగుప్తా!

చంద్రగు—(తనకత్తి దూరముగ విసరి) హా! తమ్ముఁడా! (నందునిఁ గౌఁగిలించుకొనును) (అంతట నందునిభటులిరువురు ప్రవేశించి చంద్రగుప్తునిఁ బట్టుఁగొందురు. ఛాయయుఁ జంద్రకేతువుఁ బ్రవేశించి పోరాడి భటులఁ జంపుదురు.)

చంద్రకే—ఛాయా! చూచుచుంటివేమి? నందునిశిరము నిక్కమ్మడిఁచెదనుముచు—కరుణించుటకిది తరుణముగాదు.

ఛాయ—(ఖడ్గమెత్తును.)

నందు—చంద్రగుప్తా! చచ్చితి. చచ్చితి.

చంద్రగు—వధింపవలదు. బంధింపుఁడు. (అని చంద్రగుప్తుఁడు నిష్క్రమించును.)

(చంద్రకేతువు, ఛాయయు నందుని బంధించి, నిష్క్రమించుదురు.)

ద్వితీయాంకము సంపూర్ణము.

ప్రతిజ్ఞాచాణక్యము.

తృతీయాంకము.

ప్రథమదృశ్యము. స్థానము:—కారాగృహము. కాలము.—రాత్రి.

(నందుఁడు, వాచాలుఁడు కారాగృహంబునఁ దిరుగులాడుచుందురు.)

నందు—ఈభాగమంధకారమయమైయున్నది.

వాచా—అవును.

నందు—వాచాలా! జ్ఞప్తియున్నదా! ఇందే కాత్యాయనుని బంధించితిమి.

వాచా—అవును మహారాజా!

నందు—ఎంతటిభయానకము.

వాచా—మఱియు నీగృహంబుననే యతనిపుత్త్రులు వధింపఁబడిరి.

నందు—అబ్బ. అబ్బ. పరితాపమధికమగుచున్నది.

వాచా—మహారాజా! మనకింతకంటె నధికభయమేముండును?

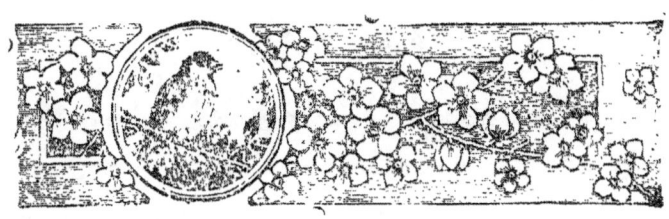

నందు—అదియెట్లు నిశ్చయింపఁగలము. అయినఁజంద్రగుప్తుఁడు నన్ను వధింపఁడని యూహించెదను. వధింపఁదలఁచువాఁడు తీక్ష్ణభ్రుకుటీకుటిలుండును, ప్రతిహింసాపరాయణుండునగు బ్రాహ్మణుండు. మృగశాబకముపైఁ జెలరేగుశార్దూలముఁబోలి యానాఁడాబ్రాహ్మణుఁడు భయంకరుఁడైయుండెను.

వాచా—అట్లయిన భీతిల్లవలసినదే.

నందు—అందుకుసందేహమా? నీకు భీతిలేకున్నదా?

వాచా—నాకేమియు భయము లేదు. మహారాజుగారిని మాత్రము చిత్రవధఁజేయుదురు. ఇతరులపై వారికి ద్వేషమేల? నాభగిని విధవయగునను విచారమించుక నన్ను బాధించుచున్నది.

నందు—అట్లనా? నన్నువధించి నిన్నుబ్రదుకనిచ్చెదరని యూహించుచుంటివా?

వాచా—అవును సందేహమేమి?

నందు—అట్లెన్నఁడునూహింపవలదు.

వాచా—(భయముతో) ఆఁ—ఆఁ—ఏమనుచున్నారు?

నందు—జ్ఞప్తియున్నదా? మురకొప్పుబట్టుకొని యీడ్చితివి.

వాచా—అవును. మఱచితిని—చచ్చితినిరాదైవమా!

నందు—నీవు చాణక్యపండితుని సహితమవమానించి కేశముఁబట్టి లాగితివి. నన్ను బ్రతుకనిచ్చినను, నిన్ను బ్రదుకనీయరు.

వాచా—ఆఁ—ఆఁ—మహారాజా! ప్రాణములు పోవుచున్నవయ్యా! (అనివడంకుచుండును.)

నందు—నన్ను బ్రతిమాలినలాభమేమి?

వాచా—పూర్వాభ్యాసమువలన బ్రతిమాలుచుంటిని.

నందు—నీవు చావకతప్పదు.

వాచా — పెండ్లాడకుంటిఁగాని లేకున్న — భార్య — విధవయై యుండును.

నందు — నీవు చచ్చిన విధవ యెవర్తె? నీకు భార్య లేదుగదా?

వాచా — ఈ దుఃఖములో నదియొక దుఃఖము. భార్యయుండిన నాకొఱకేడ్చుటకైనఁ బనికిరాదా?

నందు — నీవు చచ్చిన నేడ్చువారు లేరు.

వాచా — నాకున్న విచారమదియే. ఆలోచింపవలసిన విషయమే.

నందు — విపత్కాలమున సైతము నీవలన నవ్వువచ్చుచున్నది. ఆమాట కేమి? అంతఃపుర పరివారము వృద్ధమంత్రిగృహమున భద్రముగ నుండునా?

వాచా — ఆహా! నిస్సందేహముగ.

నందు — (వినుట నభినయించి) ఆశబ్దమేమి?

వాచా — (కంపించుచు) తలుపు తెఱచినట్లున్నది?

(అంతరక్షకభటులతోఁ గాత్యాయనుఁడు ప్రవేశించును)

కాత్యా — ఓహో! మహారాజమహాశయా!

నందు — ఛీ! విశ్వాసఘాతుకా!

కాత్యా — నేను విశ్వాసఘాతుకుఁడనా?

నందు — సందేహమేమి? బాల్యమునుండియు నాతండ్రియన్నముదిని —

కాత్యా — నీతండ్రి చంద్రగుప్తునకు సహితము తండ్రియే. నీ తండ్రిగారికి నేనెట్టి ఘోరముఁ జేయలేదు. అతని పుత్త్రులలో నొకనిపక్షముఁ జేరితిని.

నందు — అవును. అతని దాసీపుత్త్రుని పక్షముఁ జేరితివి. సిగ్గు

లేదా? చాణక్యుఁడు, నీవు, బ్రాహ్మణులై యుండియు—ఆర్యద్విజులై యుండియు,—కుటిలమైన—ఆచార్య పార్వతీయసేనాసహాయమునఁ క్షత్రియుని పదచ్యుతినిఁ జేసి, దాసీపుత్త్రుని సింహాసనమునఁ గూర్చుండఁబెట్టితిరి. ఆహా! జారజుఁడు, శూద్రుఁడు, క్షుద్రుఁడు, దరిద్రుఁడు, మగధసింహాసనముపయిఁ గూర్చుండెను. మీజన్మములు పవిత్రములైనవి.

కాత్యా—నందా! విశ్వాసఘాతుకకృత్య మెవనియందున్నది.

మ. అకటా! బాలకులన్ నిరీహులలను, భద్రాకారులన్ నాదు పు
త్త్రకులన్ నాదుకులప్రదీపకులఁ గా రాబద్ధులన్ దిండిబె
ట్టక చంపింపవె నీవు నాయెదుటదుష్టామూఢ! విశ్వాసఘా
తుకుఁ డెవ్వాఁడో యెఱుంగఁజాలక నన్నున్ దూషింతువే? ధర్మమే.

నాకుమారుల నేవిధమునఁ జంపించితివో యెఱుంగవా? అంధకారబంధురకారాగృహంబున బంధించి, చాలక, నిరాహారులఁగాఁ జేసి శుష్కింపఁజేసి చంపింపవా? ప్రతికుమారుఁడన్నముకొఱకై దుఃఖించి, దుఃఖించి, శోషిల్లి చనిపోవునప్పుడు, నినుశపించి, ననుఁజూచి 'తండ్రీ! ప్రతిక్రియకుఁ బూనుకొనుమని నన్ను బ్రతిమాలరా? వృద్ధత్వమున సంతానముఁ గోలుపోయిన వారిదుఃఖము నీవేమెఱుంగుదువు? ఈసంసారమున; నీజగత్తులో పుత్త్రునితోఁ దక్క నితరునితో నేమిపని యుండును? తండ్రి తనకీర్త్యపకీర్తులను, సంపద్దారిద్ర్యములను, పుత్త్రులపైఁ బెట్టిగతించును. నాపుత్త్రులఁ జంపించినవానికిఁ బ్రతిక్రియ నేఁ జేయవలదా? నాభవిష్యత్కాలము శూన్యముఁ జేసితివి.

నందు—కాత్యాయనా! నాయందు దోషమున్నది. సంఘదోషమునఁ బామందుఁడనై యాఘోరకార్య మొనర్చితిని. ఇపుడు చింతించి పరితపించుచున్నాను.

కాత్యా—మహారాజా! ఆదిని నీకు నేనుపదేశింపలేదా?

వింటివా? రాజిట్లయినఁ బ్రజలేమిచేయఁగలరు?

నందు—క్షమింపుము. క్షమింపుము.

కాత్యా—నేనుక్షమించుటకు నేమున్నది, నేనిసంసారముఁద్యజించి సన్న్యాసినగుదు.

వాచా—ఉత్తమము. ఈసంసారము మంచిదికాదు. అందుచేతనే నేనవివాహితుఁడనై యున్నాను కాని—మమ్ము—లేక,—నన్నుఁ గాపాడుము.

కాత్యా—నాకట్టి యధికారము లేదు. ఆయధికారము మంత్రిచాణక్యునిపైనున్నది.

నందు—ఆబ్రాహ్మణుఁడా మంత్రియయ్యెను?

కాత్యా—కేవలము మంత్రిమాత్రుఁడేగాడు. మహారాజునకు గురుదేవుఁడు.

నందు—శూద్రాణీజుఁడు మహారాజా? భిక్షుకదరిద్రబ్రాహ్మణుడు మంత్రియా? అట్లయిన సేనాధిపతి?

కాత్యా—మలయరాజు, చంద్రకేతువు.

నందు—బాగుగ నేయున్నది-నియందత్యాచార మొనర్చితిని. క్షమింపుము. ఈచంద్రగుప్తుని—ఈబ్రాహ్మణుని—ఈమురను, సేవగించెదను. నేను విముక్తుఁడనైన—

కాత్యా—ఎట్లయిన నీకు విముక్తితప్పదు.

వాచా—మంత్రిమహాశయా! నాకేమిదిక్కు?

కాత్యా—వాచాలా! రమ్ము! చాణక్యపండితుని యాజ్ఞయైనది.

వాచా—(వడంకుచు) నిశ్చయమే? అందుకా వచ్చితివి?

కాత్యా—నిశ్చయము. నారాక యందుకే.

నందు—వాచాలునితోనతని క్షేమింపనియున్నది.

కాత్యా—నేనెఱుంగను—వాచాలా! రమ్ము.

వాచా—చిత్తము. మంత్రిమహాశయా! (నందునిఁగని) మహారాజా!

నందు—నేనేమిచేయఁగలను? వెడలుము.

వాచా—హృదయము కంపించుచున్నది. వానిఁజూచినఁ బ్రాణములుండునా ?

కాత్యా—అదియంతయు నాకుఁదెలియదు. వేగముగరమ్ము.

వాచా—దైవమే దిక్కు (అని కాత్యాయనునితో నిష్క్రమించును.)

(యవనిక జారును.)

ద్వితీయదృశ్యము:—స్థానము చాణక్యుని కుటీరాభ్యంతరము.

కాలము:—రాత్రి—(చాణక్యుఁడు ప్రవేశించును.)

చాణ—ఈనాప్రతిహింసేచ్ఛయందు తీవ్రజ్వాలపుట్టుచున్నది. ఉత్తేజమువలనఁ గటూన్మాదము సంభవించుచున్నది. పతనము నిశ్చయము; స్వర్గమైన నరకమైన నాకువచ్చుఁగాక. స్వర్గచ్యుతుఁడనైన నరకమునకేగెదంగాక. ఈశ్వరా! నీవిపక్షమున నేను మెలఁగెద. నీపని నీవొర్పుము. నాపని నేనొనర్చెదను. నీయక్షయసౌందర్యమును నేనుద్వేషించుచున్నాను. పిశాచీ! నీపాపవర్గమున నన్నాచ్ఛాదింపుము. ఓయదృశ్యమహాశక్తీ! నీకు నాయాత్మనువిక్రయించితిని. నిన్ను నే ప్రేమించితి. నన్నుక్రీతదాసునిగ నంగీకరింపుము. నేను నీమధురాధరవిషసుధాపానంబున నమరుఁడనయ్యెద. నీవిషాక్తాలింగనమున నరకమున సుఖించెద. నన్నుమాత్రము విడువకుము. ప్రేయసీ! నాకరము గ్రహింపుము. దూరప్రదేశమునకేగుదము. మంచిది—

(అంతవాచాలునితోఁ గాత్యాయనుఁడు ప్రవేశించును.)

చాణ—కాత్యాయనా! ఎవఁడితఁడు?

కాత్యా—ఇతఁడు నందునిస్యాలకుఁడు. వాచాలుఁడు.

చాణ—ఓహో! భగినీభాగ్యోదయుఁడా?

వాచా—(ఒదుగుచు వినమ్రుఁడై భక్తితో నమస్కరించును.)

చాణ—ఎంతటి బ్రాహ్మణభక్తి? ఒకప్పుడు నా కేశము బట్టి లాగితివి. జ్ఞప్తియున్నదా? భగిని భాగ్యవైభవాఢ్యా!

వాచా—ఎవరు? (వెనుకకుఁదిరిగిచూచును)

చాణ—ఇపుడు జ్ఞప్తియుండునా? మంచిది. నందునికుటుంబ మెచటనున్నది.

వాచా—నిజముఁజెప్పవలసివచ్చిన—నాకేమియుఁ దెలియదు.

చాణ—(సక్రోధమున నీవెఱుఁగుదువు.

వాచా—(గడగడవడంకుచు)ఎఱుంగుదునేమో? ఆఁ—ఆఁ—ఎ—ఱుం—గుదును.

చాణ—ఎచ్చట?

వాచా—(వెనుకకుఁదిరుగును.)

చాణ—అటుచూచుటేమి? నీభాగినేయులతో నీభగిని యెచటనున్నది.

వాచా—మ—ల—య పర్వతమునఁ ఆఁ—అచ్చటే. అనృతమాడను.

చాణ—(సక్రోధమున) అబద్ధము.

వాచా—(మెల్లగ) అ—బ—ద్ధమా? అబద్ధమాడనే వేమో? ఆఁ—ఆఁ—అవును.

చాణ—నిశ్చయముఁజెప్పుము. నిన్ను బహూకరించెదను.

వాచా—అట్లయిన నిశ్చయముఁజెప్పెదను. పిత్రాలయమున.

చాణ—మంచిది. కాత్యాయనా! సైన్యమచటికిఁబంపుము. వీ

నిని కారాగృహంబునకు వెడలింపుము. నందుల పరివారము లభించిన వీనిబహూకరించి విడిపింపుము. వీని పలుకనృతమైన, వీనికిఁగఠినశిక్ష విధించి వధింపుము.

వాచా—ప్రాణదండనమా? అబ్బ! మఱిబ్రతుకఁ జాల; రక్షింపుము.

(అని గడగడవడంకి నేలఁగూలును.

చాణ—నిశ్చయము.

వాచా—అట్లయిన—అబద్ధమాడను—వారచట లేరు?

చాణ—వాచాలా! బెబ్బులితో సరససల్లాపములాడుదువా?

వాచా—లేదు లేదు—అబ్బ—అబ్బ— పరితాపమధికముగ నున్నది.—

చాణ—(కోపముతో)మూర్ఖా! చిత్రవధ చేయించెద—

వాచా—అబ్బ—అబ్బ—అంతమాటవద్దు—

చాణ—నిజముఁ జెప్పుము.

వాచా—(గద్గదస్వరమున)మం—త్రి—గృహమున.

చాణ—(ఇంచుక యాలోచించి) ఈసమాచారము నిశ్చయమై యుండవలెను—మంచిది—ఎవఁడురాయుచ్చట ?

(రక్షకభటులు ప్రవేశించి) ఆజ్ఞ.

(చాణ—వాచాలునిఁజూపి)వీనినిబంధింపుఁడు. ఈతఁడు చెప్పినది నిశ్చయమైన విడువుఁడు. లేకున్న వధింపుఁడు.

వాచా—నాకు దాహము మెండుగనున్నది. జలమునిప్పింపుఁడు.

చాణ—మంచిది. వీనికి జలమొసంగ వచ్చును

(రక్షకభటులతో వాచాలుఁడు పోవుచు) బ్రదుకుజీవుఁడా.

(అని నిష్క్రమించుచు)

చాణ—సంసారములో విసువఁదగిన పదార్థమేమియు లేదు. సంసారమునకు లగ్నమైనవానికి పురీషదుర్గంధము సహితము పారిజాతసౌరభమువలెఁ దోఁచును. కాత్యాయనా! నీయభిప్రాయమేమి?

కాత్యా—మనుజుఁడెంతటి నీచస్థితికిఁ జొచ్చునాయని తలంచెదను. అదియట్లుండ—అత్యాచారాది ఘోరములను సహింపవచ్చుఁగాని కృతఘ్నత్వము పరమాసహ్యము.

చాణ—మానవునికృతఘ్నత్వమే చాణక్యుని రాజనీతిధర్మము. బంధువుని శత్రునిఁగాఁ జేయుట, సోదరులకు విరోధముఁ గల్పించుట, బాల హింసయందు ప్రవర్తింపఁ జేయుట. స్వార్థపరత్వమునఁ బ్రవర్తింపఁ జేయుట, రాజనీతిధర్మములు—మఱియు—విషమమందహాసము—విష పానీయము—వంచన—వ్యామోహము—మొదలగునవి చాణక్యుని రాజనీతిలోఁ బ్రసిద్ధికెక్కినవి. ఎందుచేతననఁగా "శఠేశఠాంత్వ మాచరేత్"

కాత్యా—చాణక్య! నేను ప్రతిహింసకంధుఁడను. నీరాజనీతి శుద్ధపరిపాకమును గ్రహింపఁజాలను.

చాణ—విశ్వాసఘాతుకకృత్యమునకుఁ బ్రతిక్రియ నీవల నిర్వర్తింపఁ జేయుదును. శాఠ్యము నీవభ్యసింపవలెను.

కాత్యా—కాని యిది యన్యాయము. పాణినీయసూత్రములో "నిర్వాణోవాతే" యనియున్నది అర్థమైనదా?

చాణ—అబ్బ! నీపాణినీయమునకు ముఖముఁ దిరుగఁదెచ్చి పెట్టుకుము. ఇదియన్యాయమనియెవరనిరి.

కాత్యా—సంఘము.

చాణ—తృణీకరించుదును.

కాత్యా—వివేకమునకైనం దెలియదా?

చాణ—వివేకమా? కుసంస్కారము.

కాత్యా—ఈశ్వరుఁడు.

చాణ—ఎవఁడాయీశ్వరుఁడు? ఏఁడీ! లేఁడు లేఁడు.

కాత్యా—చాణక్యా! పర్వతగృహంబునుండి పడఁగలవు.

చాణ—పడిన యెడల జగత్తునకది ప్రకాండమగునుల్కాపాతమగును. నేనునిద్రింపవలెను. సర్వము సిద్ధముఁ జేయుము. నీవిఁక వెడలుము.

కాత్యా—దేనిని సిద్ధముఁ జేయవలెను?

చాణ—యూపకాష్ఠమును—ఖడ్గమును—

కాత్యా—నందునిమాత్రము విడువుము.

చాణ—ఎట్లయిన నతనికి ముక్తియే సంభవించును. అంతయు సిద్ధమైనప్పుడందుగూర్చి విచారింపనేల? చూడుము—నాప్రేయసి కుటిలవిషమమందహాసామృతమును నాపై వెదఁజల్లుచున్నది. పొమ్ము—

కాత్యా—మంచిది— (నిష్క్రమించును)

చాణ—ఓయదృశ్యమహాశక్తీ! నన్ను నివేవిధముగ శిక్షించినను సంతోషమే. ఆహా! నీయీకుటిలదృష్టి, రక్తహాసము, దుర్గంధనిశ్వాసము, నెంతమధురముగనున్నవి! నిన్ను నేవిడువఁజాలను ప్రేయసీ! నీవెంతటికఠినవే? నిన్ను నే బ్రేమించుకొలదియుముగ్ధుఁడనగుచున్నాను కృష్ణదావానలము సమస్తజగత్సౌందర్యమును దహింపఁజేయుచున్నది వనమందున్న వ్యాఘ్రము జంతుసంతతిని, భీకరవిస్ఫారితనేత్రములతోఁ జూచుచున్నది ఏమిభీషణము? ఏమిసౌందర్యము?

(నిష్క్రమించును)

తృతీయదృశ్యము. హీరట్టులో నొకసౌధము. కాలము: రాత్రి.

సెల్యూకసు పాదచారముఁ జేయుచుండును.

హెలేన నిల్చియుండును.

సెల్యూ—సెకందరుచక్రవర్తి కవశిష్టమైన దిగ్విజయకార్యము నావలన సంపూర్తియగును. చంద్రగుప్తా! ఒకసంవత్సరములో భారతవర్షమునంగల యవనుల యుపనివేశము నశింపఁజేసితివిగదా? మంచిది. తగినప్రతిక్రియకుఁ బూనుకొనెదంగాక.

హెలే—తండ్రీ! నీవు భారతవర్షముజయింప నేల? ఆసియాఖండార్ధభాగము నీసామ్రాజ్యముగదా? పృథ్వినంతట నీయశమునిండి యుండఁ జాలదా? సింధునది కావల సామ్రాజ్యాధిపతియైచంద్రగుప్తుఁడు పాలించుచున్నవాఁడు. ఈపాటి దాని కింతటికన్నెఱ్ఱయేల ?

సెల్యూ—అతఁడు యవనుఁడా రాజ్యముఁ బాలించుటకు?

హెలే—ఎవఁడైననేమి? మనుజుఁడుగదా?

సెల్యూ—నాకజగంబున రెండుజాతులుమాత్రమేగలవు. సభ్యులగుయవనులు. అసభ్యులగుబర్బరులు.

హెలే—తండ్రీ! యవనులుచాలకాలమువఱకీవిధముగఁ పాలింపఁజాలరు. వారిసూర్యుఁడస్తమించెను. ఇపుడు సంధ్యాసమయము వారికిసమీపించినది. నీకుజయము నందియము. సందియమననేల! అపజయమునిశ్చయము.

సెల్యూ—నాకపజయమా? విజయశీలుఁడనని యెఱుంగవా?

హెలే—నీవు బంధింపఁ బడుదువు.

సెల్యూ—ఏమనుచుంటివి? నాకశుభముఁ గోరుదువా?

హెలే.—నీవధర్మమునకుఁ బాల్పడుచుంటివి.

సెల్యూ—యుద్ధవిషయమున నీతో నెన్నఁడుఁ దర్కింపరాదు. ఎరిష్టకేసి నన్ను చెప్పినదియేమన,

హెలే — చెప్పినదేమి?

సెల్యూ — స్త్రీజాతితోఁ దర్కింపరాదని.

హెలే — ఆగ్రంథముఁ దెచ్చెదఁ జూపుము. (అనిపోవుచుండ)

సెల్యూ — వలదు. వలదు. ఎరిష్టపేనిస్సు — కాదు — తెమిష్టిక్లీస్సు చెప్పినట్లు తోఁచుచున్నది.

హెలే — ఇతఁడు రాజప్రతిజ్ఞుఁడు. అతఁడిందుగూర్చి యేమనును?

సెల్యూ — అట్లయిన సెఫోక్లిసై యుండును.

హెలే — పోనిమ్ము. ఆగ్రంథముఁ దెచ్చెద. (అని వెడలును.)

సెల్యూ — కేవలము మౌర్ఖ్యము. నిజముఁ దలంచినఁ బైగ్రంథకర్తలెల్లరు నాకు సమానులే. పూర్వగ్రంథకర్తల నామములు రెండుచ్చరించిన నామె మిన్నకుండునని తలంచితిని. ఈమె యీగ్రంథములన్నియుఁ జదివినది. మీఁదుమిక్కిలి సంస్కృతము సహితము పఠించుచున్నది (తెరవైపుజూచి) వచ్చుచున్నది. నిలువరాదు — (అని నిష్క్రమించును.)

హెలే — (గ్రంథములతోఁ బ్రవేశించి) తండ్రీ! (నల్గడలఁజూచి) నిన్ను నేను విడువను. రమ్ము చూపింపుము. (అని నిష్క్రమించి సెల్యూకసు హస్తముఁ బట్టుకొని ప్రవేశించి, తండ్రీ! కూర్చుండుము. సెఫోక్లిసు చెప్పిన యాయంశముఁ జూపవలెను.

సెల్యూ — అబ్బ! బలాత్కారమా? నేను చూపింపను. నీవేమి చేయుదువు.

హెలే — అట్లయిన నీవావిధముగఁ బలుకనేల?

సెల్యూ — బుద్ధిలేక. చాలు. మంచిపని చేసితివి. నీకేమియు దెలియదు. నీవు నాతో మాటలాడవలదు.

హెలే — ఏల మాటలాడరాదు? ఇట్లనఁదగునా? నీవు కోపించిన నాకు శ్రేయస్కరమగునా?

సెల్యూ — నాయందు దోషమున్నది. క్షమింపుము.

హెలే—తండ్రీ! నీయందుదోషముండునా? నాయందున్నది నీతో భాషింపఁదగనిదానను.

సెల్యూ—కాదు కాదు. తల్లీ! దోషము నాయందున్నది.

హెలే—(మందహాసముఁ జేయుచు) అట్లయిన సఫోక్లీసు ఇందు గూర్చి యేమియుఁ బలుక లేదా?

సెల్యూ—లేదు లేదు.

హెలే—అట్లయినఁ దర్కింపఁబని లేదు. అదియట్లుండ సెకందరు గూర్చి యొక వదంతి నా చెవులఁబడెను. నిజముగునా?

సెల్యూ—ఎట్టిది ?

హెలే—భారతవర్షముఁ జయింపవచ్చినప్పుడొక బ్రాహ్మణునితో సెకందరు ప్రసంగింపఁగా నా బ్రాహ్మణుండు "సెకందరుసార్వభౌమా! భారతవర్షముజయించి నీవు చేయునదియేమి?" యని ప్రశ్నించెనఁట. చక్రవర్తి "యనంతరము చీనాదేశము" జయింతుననెనఁట. బ్రాహ్మణుఁడనంతరమని ప్రశ్నింపఁగా నతఁడాఫ్రికాదేశముజయింతుననెనఁట. అనంతరమైరోపా జయింతుననెనఁట. అంత బ్రాహ్మణుఁడనంతరమని ప్రశ్నింపఁగా నతఁడేమియుఁ బలుకఁజాలక యీభాగమంతయు నెల్లఱకు నొసంగెదననెనఁట. ఆపని యిప్పుడేల చేయరాదని బ్రాహ్మణుఁడు ప్రశ్నించెనఁట.

సెల్యూ—ఆ బ్రాహ్మణుఁడు కుక్షింభరుఁడు. మూర్ఖుఁడు.

హెలే—ఆతఁడు పరమదార్శనికుఁడు. ఆశకంతముండదని బోధించెను. దార్శనికుఁడగు డయోజనీసు సహితమిందుఁగూర్చి వివరించెను. జీవితప్రయోజనముఁగూర్చి బోధించెను.

సెల్యూ—ఇతఁడు మూర్ఖుఁడగు దార్శనికుఁడు.

హెలే—అవును. ఎల్లఱు మూర్ఖులే. అందుచేఁగాఁబోలు సెకందరా బ్రాహ్మణుని స్వయముగఁ జూచి "నేను భువనవిజయినగు చక్ర

వర్తిని. నీవు కోరునది యొసంగెద" ననఁగా—

సెల్యూ.—చెప్పనక్కఱలేదు. ఆకుక్షింభరుఁడు రాజ్యాధిపత్యము గోరియుండును.

హెలే.—(నవ్వుచు) కాదు. కాదు. ఆబ్రాహ్మణుఁడతనిఁజూచి "నీవీరాద్రవృత్తివిడువు" మని కోరెను.

సెల్యూ.—ఆబ్రాహ్మణుఁడున్మత్తుఁడని చక్రవర్తి నిశ్చయించియుండును.

హెలే.—అట్లుకాదు. సెకందరతనితో "నేను సెకందరుఁగాకున్న నట్లొనర్చియుందు" ననెను.

సెల్యూ.—బాగుగఁజెప్పెను. సెకందరు చతురుఁడు. అహ్హా. అహ్హా. (అనినవ్వుచు నిష్క్రమించును.)

హెలే.—ఆహా! మనుజుఁడు స్వార్థపరాయణుఁడు. పరసుఖము నిసుమంతయుఁ గోరఁడు. ఎప్పుడుఁబోరాటమునే కోరుచుండును. ఒకప్పుడీ భూమండలమునంతయు మ్రింగఁదలంచును. తల్లీ! వసుంధరా! ఇట్టిరాక్షసుల నేలభరించెదవు. ఈశ్వరుఁడీ దారుణసృష్టి కంతమాపాదించుఁగాక—(నిష్క్రమించును).

చతుర్థదృశ్యము. స్థానము:—గృహోద్యానము. కాలము.—సంధ్య—

(నదీతీరమున ఛాయ యేకాకినియై పాడుచు నుద్యానవనమున విహరించుచుఁ బ్రవేశించును.)

చక్రవాకము. ఆదితాళము. (ఇంకాదయరాలేదా నాపై ననుకృతి ననుసరించి పాడునది).

ప॥ ప్రేమింపగ నేలే కామించీ - భీమబలాఢ్యుని నామమెంచి॥

అ॥ వ్యోమసీమఁ గ్రాలు నలచంద్రుని-స్వర్గంబుఁబోలుమగధ నేలునింద్రు॥

చ॥మందభాగ్యయా - కుందరదనఁగని - యానంద మొంది యనుభవించునే?॥

డెందమందు చింత సంతతము- నెంతంతో వగచి ప్రాణముల్ విడుతు
ఇందువదన! యే వేళం దలంచి నీమధుర నామమున్ వెతలంగుందితి;||
చంద్రగుప్త శ్రీమాగధేంద్ర - శాత్రవజనభీకరా ! శ్రీకర !||

చంద్రగు—(ప్రవేశించి) ఛాయా !

ఛాయ—(త్రుళ్ళిపడి) ఓహో ! మహారాజుగారు.

చంద్రగు—చంద్రకేతు వచ్చుట ?

ఛాయ—ఎఱుంగను. చూచివచ్చెదను.

చంద్రగు—వలదు. వలదు. నిలువు.

ఛాయ—(నిల్చి చూచుచుండును.)

చంద్ర—(స్థిరదృష్టి నామెం బరికించుచు) యుద్ధానంతరము నిన్నుం జూడంజాలకుంటిని.

ఛాయ—(నిస్తబ్ధమైయుండును.)

చంద్రగు—నీవు నాప్రాణముల రక్షించినదానవని యెఱుంగుదు. ఆకృతజ్ఞత నీకుం దెలుప సమయము ప్రాప్తింపకుండెను. నీయందు కృతజ్ఞుండనై యున్నాను.

ఛాయ—(మెల్లగ) ఈమాత్రమునకా ?

చంద్రగు—నీకు నేం బ్రత్యుపకారముం జేయ—

ఛాయ—మహారాజా ! ప్రత్యుపకారముతోం బ్రయోజనము లేదు. మేము పార్వతీయజాతివారము. ఉపకారము విక్రయించు నాగరకత మాయందు లేదు. అధికకార్యములకుద్యమించువారముగాము. మహారాజుగారిని రక్షించుటంబట్టి మాజీవితము సార్థకమైనది. అధికము మాకక్కఱలేదు.

చంద్రగు—ఈకిశోరహృదయమున నింతటిమహత్త్వమున్నదా ?

ఛాయ—మహారాజా ! చిన్నప్పటినుండియు మృగయావిహార

ము. నూకలవడియున్నది. యుద్ధము మాకుజీవనము. వంచించుటయెఱుంగము. ద్వైర్ధి మాభావయందు లేదు.

చంద్రగు—ఛాయా !—

ఛాయ—మహారాజా ! మాకెట్టికాంక్షయు లేదు. (అని పోవుచుండ)

చంద్రగు—నిలువుము. నేనించుక యడుగవలసియున్నది. ప్రత్యుపకారనిస్పృహతకుఁ గారణమేమి ? ఇంతటి యుదాసీనమేల ?

ఛాయ—(అస్ఫుటస్వరమున) ఉదాసీనమా ? అనఁగా ? (అని తలవంచుకొని) మహారాజా ! తమరెప్పుడైన పర్వతశిఖరమునుండి సూర్యోదయముఁ జూచియుందురా ?

చంద్రగు—చూచియుందును.

ఛాయ—మాజీవితమట్టిది. మఱియు నుజ్జ్వలఘనశ్యామలతఁ బోలి మాజీవితము కంపించుచుండును.

చంద్రగు—ఈవాక్యముల కర్థ మవ్యక్తముగనున్నది. అయిననేమి ?—ఆయుజ్జ్వలఘనశ్యామలతకుఁగల హృదయము తెలియకున్నది.

ఛాయ—మహారాజుగారి సౌజన్య మట్టిది. కేవలము కృష్ణదేహులమని పలుకరాదా ? మహారాజా ! మేఘ మెంతటి కృష్ణవర్ణముగలదియైనను నంతస్సారముగలది. దానివక్షమునఁ జంచల నటించుచుండునని యెఱుంగరా ? మాకుసహితము మానసమున్నది. మామానససరోవరమున నటించు నూహాతరంగము లెట్టివో గ్రహింపవలయుఁ గాక.

చంద్రగు—ఛాయా ! నీవు నన్నుఁ బ్రేమించుచుంటివా ? అది యసంభవమగునేమో ?

ఛాయ—అసంభవమా? ఎందుచేత? మీరు మగధదేశాధిపులు. నేను మలయదేశాధిపుసోదరిని. ఏలప్రేమింపరాదు? నేను సంపూర్ణముగఁ ద్రికరణశుద్ధిగఁ బ్రేమించుచుంటిని—

(అని నిష్క్రమించును.)

చంద్రగు—ఆశ్చర్యము. ప్రాణములరక్షించి ప్రేమించినది. అంగీకరింపకున్న—స్త్రీచారిత్ర మపూర్వప్రణాళికఁ బోలినది—చాలకాలముక్రింద సింధునదీతీరమున—సెల్యూకసుకన్యకఁ జూచి యీ హృదయమర్పించితిని. ఆమె నన్నుఁ బ్రేమించునా? ఆమె యవనబాలిక—అపూర్వసుందరి. మహానీలజలరాశిపై నవతరించినయుమఁబోలి కన్పట్టెఁగదా? అదియొకస్వప్నము. ఏమియీవిచారము—ఎంతవిచిత్రముగనున్నది!

ఉ. ఈమలయావనీశ్వరున కేఁగడుమిత్రుఁడ; వాని చెల్లెలీ।
కామిని, నన్ను యుద్ధమునఁ గాచినదాపయి నన్వరించె; నే।
నీమెఁ దృణీకరించి యవనేశ్వరుకన్యకగోరుచుంటి; నా।
భామను జొక్కసుందరునిపై వలపూనెనొ? నన్వరించునో?।
కామవికారమున్ దెలియఁగావశమే యవివేకశాలికిన్?

(అంతఁ జంద్రకేతువు ప్రవేశించెను.)

చంద్రగు—ఓహో! చంద్రకేతువు.

చంద్రకే—బంధూత్తమా! బ్రాహ్మణునియాజ్ఞానుసారముగ నేఁడు నందమహారాజుగారిని వధింపవలెను.

చంద్రగు—(ఆశ్చర్యమున) ఆఁ—అదియేమి? బ్రాహ్మణుని యాజ్ఞయా! నేనెవండను, మగధరాజ్యాధిపతియెవఁడు. నాకష్టమంతయుఁ గ్రుద్ధబ్రాహ్మణకోపాగ్నికి నాహుతియగుటకా? చంద్రకేతూ

చంద్రికే—బంధూత్తమా!

చంద్రగు—నందుని వధింపరాదు. నాయాజ్ఞయని బ్రాహ్మణునకుఁ జెప్పుము. మహారాజు చంద్రగుప్తుని యాజ్ఞయనియు, వధింపరాదనియుఁ బలుకుము. వెడలుము.

చంద్రికే—(నిష్క్రమించును.)

చంద్రగు—ఈబ్రాహ్మణుని తలంపు నాకుఁ దెలియకున్నది. నాయనుమతి లేకుండ నెంతటికార్యమునకుఁ బూనుకొనినాఁడు? నేను సామ్రాజ్యాధిపతినా? లేక వానిచేతి కీలుబొమ్మనా?

ఛాయ—(ప్రవేశించి) మహారాజా! క్షమింపుము.

చంద్రగు—ఎందుకు?

ఛాయ—తెలియక యేమియో వచించినందుకు.

చంద్రగు—ప్రేమించి యేవగించుటేల?

ఛాయ—ప్రేమించుచుంటిఁగాని యేవగించుటలేదు. ఎవఁడు జాగ్రదవస్థయందు నాకు ధ్యానరూపియై యుండునో?—నిద్రావస్థయందు స్వప్నమైయుండునో?—ఇహలోకమున సంపత్స్వరూపియై యుండునో?—పరలోకమున స్వర్గమైయుండునో?—ఎవనిదర్శనము తీర్థసేవయో?—అట్టివాని నేవగింపఁదగునా?

చంద్రగు—అవును. నీవేల యేవగింతువు?

ఛాయ—అవును. మీరు నాయాహారమునకు క్షుత్తుఁబోలి, శయనమునందు నిద్రఁబోలి—వేయేల? సమస్తసమయములయందు మీరు నాలోనుండగా—

చంద్రగు—ఛాయా! (ఆమెచేయిఁబట్టుకొనును.)

ఛాయ—నన్ను స్పృశింపరాదు. మీస్పర్శమునకు నాశరీరము తటిల్లతాప్రవాహంబున మునుంగును. పాషాణపాత్రమునకు కాంస్య

పాత్రమువలె, నామస్తిష్కము బ్రద్దలగును. లేదు. లేదు. నేనున్మాదమును సహింపఁజాలను.

(అని నిష్క్రమించును.)

చంద్రగు—ఏమాశ్చర్యము! నేనీమెను సోదరియని భావించితినే. తుదకిట్లు పరిణమించినది—అత్యాశ్చర్యము.

(నిష్క్రమించును.)

పంచమదృశ్యము. కాలము:—రాత్రి; రక్షకభటులతో,
నందునితో కాత్యాయనునితో చాణక్యుఁడు
ప్రవేశించును.)

చాణ—(నందునిజూచి) భూతపూర్వ మహారాజా! ఈబ్రాహ్మణప్రతాపమెఱింగితివా? దైవము మూర్ఖుఁడని తలంపకుము. భుజబలమును మించునది బుద్ధిబలమని యెఱుంగుము. పశుబలంబును విశ్వసింపకుము ,

చం. లలనలవిప్రులన్ సుజనులన్ నిఱుపేదలమోసపుచ్చి, దో
ర్బలమునఁగొట్టి ఘోరముగఁ పద్ధతులన్ గను నేర్పరించి, ప
న్నులనుగ్రహించుచుఁ బ్రజలఁ నెంచినఁబాపము రిత్తవోవునే?
ఫలమునుగాంచె నీవిపుడ పారమదజ్వరమంతరింపఁగన్.

మహర్షులు మూర్ఖులుగారు. బ్రాహ్మణుల కసాధ్యమైనది లేదు. భారతవర్షమెంతకాలముండునో యంతకాలము బ్రాహ్మణప్రతాపము నశింపకుండునని యెఱుంగుము.

నందు—ఈదంభప్రలాపములకా నన్ను రప్పించితివి?

చాణ—మంచిది. నీవీఖడ్గము నీయూపకాష్ఠముఁ జూచితివా? ఇపుడైన నిన్ను రప్పించుటకు హేతువు గ్రహింపుము. నీహృదయరక్తరంజితహస్తమునఁ గాని యీశిఖావలయము సంస్కరింపనని ప్రతినఁ గైకొనిన చాణక్యుఁడను. మఱచితివా?

నందు—ఏమీ! నన్ను వధించెదవా?

చాణ—నిరాఘాటముగ—నిస్సందేహముగ—

ఉ. రిక్కలు రాలుఁగాక, గ్రహరీతులు మాఱిన మాఱుఁగాక, న
ల్దిక్కులుఁ గూలుఁగాక, రవితేజముఁ దప్పినఁ దప్పుఁగాక, ని
న్నొక్కట గ్రుక్కుమిక్కుమనకుండఁగఁ గూలినడొక్కఁ జీల్చి నీ
చిక్కనినల్లనెత్తుఁగడిగి చేతులఁ గేశము సంస్కరించెదన్.

నందు—దిక్కులేనివాని వధించుట సనాతనధర్మమా?

చాణ—ఓరీ! బ్రాహ్మణద్వేషీ! బ్రాహ్మణునకు సనాతనధర్మము నీవుపదేశింపఁగలవా? ఇది హత్యగాదు. మరణదండము. నేను బ్రాహ్మణుఁడను. నీకు విధించుచున్నాను.

నందు—ఏయపరాధమునకు?

చాణ—బ్రహ్మహత్యాపరాధమునకు— బ్రాహ్మణునవమానించు నపరాధమునకు—నీవు దీనిహత్యయనినను నేను విచారగమందను. ఈయధికారము నాకున్నది. నీవు గావించిన ప్రజాద్రోహమునకు మరణము విధించితిని, నందా! సిద్ధముగ నుండుము.

నందు—చాణక్యా! నేను కాత్యాయనుని యెడల, నీయెడలఁ జేసిన యపరాధమునకు క్షమింపుము.

చాణ—(అట్టహాసముఁ జేయుచు) అహ్హా! అక్షర మక్షరము ననుకూలించుచున్నది. నేను నాఁడు పలుకలేదా? ఒకప్పుడు నీవీబ్రాహ్మణుని పాదసన్నిధిఁ గూర్చుండి, ప్రాణదానముఁ జేయుమని వేడుదువనియు నేను గాపాడఁజాలననియు—

నందు—చాణక్యా! నేను ప్రాణదానముఁ గోరలేదు. నేను క్షత్రియుఁడను; బ్రాహ్మణప్రభుత్వమును మన్నింపను. శూద్రుని గణిం

పను. మృత్యుభయము నాకులేదు. నీరక్తచక్షువులకు భీతిల్లి బ్రదుకఁ దలంపను. కాని నేనొనర్చిన యధర్మమునకై పశ్చాత్తాప మొందుచున్నాను—సహవాసదోషము నన్నింతకుఁ దెచ్చినది. నన్ను క్షమింపుము. కాత్యాయనా !—

కాత్యా—(దుఃఖించుచు) మహారాజా! నేను క్షమించితిని.

చాణ—కాత్యాయనా! క్షమ పనికిరాదు. పృథ్విలో నొకఁడొకని క్షమింపఁజాలఁడు. ఎట్టివానికైనఁ గర్మానుభవము తప్పదు. హృదయమునఁ గోపాగ్నిహోత్రము జ్వలించుచున్నప్పుడది నీశత్రువు బాష్పములచేఁగాని చల్లాఱదు. అనుతాపము మిథ్యయైన, క్షమసహితము మిథ్యయగును. శాంతి, సముఖమునఁ గనఁబడనప్పుడు పశ్చాత్తాపమునకుఁ బ్రమాణము లేదు.

కాత్యా—నందుఁడజ్ఞాని—బాలకుఁడు—

చాణ—అజ్ఞానియగుఁగాక; బాలకుఁడగుఁ గాక. అజ్ఞానియైన, బాలకుఁడైన, నగ్నిహోత్రముఁ దాకినప్పుడు కాలకుండునా ? అగ్ని తనధర్మగుణము నద్వివిధములఁ బరిణమించునా?

కాత్యా—అవునుగాని—పాణిని—

చాణ—(కోపోద్రేకమున) తిరుగ పాణిని యని వదరెదవేల? కాత్యాయనా ! నీవీతరుణమునఁ బాణినిఁగూర్చి వచించిన శిక్షించెదను.

కాత్యా—పోనిమ్ము. నందుని క్షమి—

చాణ—పనికిరాదు. కాత్యాయనా ! ఖడ్గముఁ బూనుము. నీవీతని స్వహస్తములతో వధింపవలెను.

కాత్యా—ఆఁ—నేనా?

చాణ—అవును. నీవే. పుత్త్రహత్యకుఁ బ్రతిక్రియఁ జేయుము. కాత్యాయనా ! మఱచితివా? సుకుమారులను, భద్రాకారులను, నిరాహారులై యాహాకారముఁ జేయువారలను, దీనులను, నిష్పంద, నిరి

మేమ నేత్రులరు, క గాళన్మృత్యుముద్రాంకితులఁగాఁ జేసియుండఁడా? ఆమృత్యువు నీవు ప్రత్యక్షమునఁ జూడలేదా? నీవు వారిఁ గన్నతండ్రివి గావా? ప్రతిక్రియకుఁ బూనుకొనుము.

కాత్యా——(ఖడ్గముఁ గైకొనును)

చాణ——విళంబమున కిది తరుణముగాదు. భటులారా! నందుని శిర మీ యూంపకాష్ఠముపైఁ బెట్టుఁడు

భటులు——(అట్లుచేయుదురు.)

చాణ——భూతపూర్వనందమహారాజా! సిద్ధముగనున్నావా? ఊఁ—ఊఁ—కాత్యాయనా!

కాత్యా——(ఖడ్గముతో యూపకాష్ఠమును సమీపించును.)

చాణ——నందమహారాజా! ఇది బ్రాహ్మణకృత్యముగాదు. నేనేమిచేయఁగలను. నేఁడిట్టిప్రయోజనము సంభవించినది. నేఁడు బ్రాహ్మణునకుఁ దపశ్శక్తిలేదు. నేఁడు ద్వితీయపరశురామునిఁ బోలి భరతవర్షమును నిక్షత్రియముఁ జేయఁజాలుదు. కపిలుబవలెఁ గ్రుద్ధదృష్టిమాత్రమున నందవంశమును భస్మముఁజేయఁజాలి యుందును. ఇది కలియుగమగుట నట్లు సంభవింపనేరదు. అందుచే ఖడ్గమావశ్యకమైనది. కలియుగ మెంతటి పాపయుగమైనను, భరతవర్షమొకమారు బ్రాహ్మణప్రతాపముఁ జూచుఁగాక. (కాత్యాయనునిఁజూచి) ఊఁ—ఊఁ—వధింపుము——ఆఁ——ఆఁ——తాళుము——తాళుము. (నందునిఁజూచి) నందమహారాజా ఈశుభవార్తవిని చావుము. నీవంశము ధ్వంసమైనది—పిండోదకక్రియలకు నొక్కపురుగైనలేదు. నందవంశము నిర్మూలమైనదని యెఱుంగుము.

నందుఁడు——(దుఃఖించును.)

చాణ——(కాత్యాయనునితో) ఊఁ——ఊఁ——కానిమ్ము.

కాత్యా—(ఖడ్గమెత్తును.)

(చంద్రకేతువు శీఘ్రముగఁ బ్రవేశించి) తాళుము. తాళుము. చంద్రగుప్తమహారాజుగారియాజ్ఞ. ఖడ్గముదింపుము.

చాణ—చంద్రకేతూ! ఇది యేమి?

చంద్రకేతు—రాజాజ్ఞ.

కాత్యా—(ఖడ్గముదింపును)

చాణ—అట్లనా? ఎఱుంగుదును. ఈయాజ్ఞ నాకుఁ జెల్లదు; (కాత్యాయనునిఁజూచి) చూచుచుంటివేమి? వధింపుము.

చంద్రకే—గురుదేవా! రాజాజ్ఞ యమోఘము. వధింపరాదు.

చాణ—గురుదేవునియాజ్ఞ. కాత్యాయనా! వధింపుము.

చంద్రకే—అట్లయిన మహారాజు స్వయముగవచ్చుఁగాక. అంతపర్యంతము వధింపరాదు. రాజాజ్ఞ నేఁ బాలింపకతప్పదు. రక్షకభటులారా! దూరముగ నుండుఁడు. తొలంగుఁడు.

చాణ—వలనుపడదు. వధింపక తప్పదు.

చంద్రకే—(తెరవైపుఁజూచి) వీరబలా! ఇటు రమ్ము.

(భటులతో వీరబలుఁడు ప్రవేశించును.)

చంద్రకే—భటులారా! మహారాజువచ్చుపర్యంత మీనంద మహారాజునురక్షింపవలెను. వీరబలా! నీవు మహారాజుగారికీయుదంత మంతయు విన్నవించి స్వయముగ రావలసియుండునని చెప్పుము.

వీర—మహాప్రసాదము. (నిష్క్రమించును.)

చాణ—కాత్యాయనా! ఖడ్గముఁబైకెత్తి తిరుగ దింపితివేమి? మృణ్మయాకారముఁ దాల్చితివేమి? ఆఖడ్గము నాకిమ్ము.

ఉ. నాకొకఁడాతఁడైనఁ బనిలే నాల్గుజగంబులు నాదుకోపమన్
గాకలమ్రగ్గవే? యుడుగణంబులురాలవె? నేఁడుచూచెదం

గాక యెవండు నన్ను నరి కట్టఁగఁజాలును? నీదుఖడ్గముఁ
గైకొని నేవధించెదను కాకులు గ్రద్దలు సంతసింపగన్

(అని ఖడ్గముఁగైకొనఁ బోవును.)

చంద్రికే—(చాణక్యునిపాదములపైఁబడి) నేను బ్రాహ్మణునకు నమస్కరించెదను, రాజాజ్ఞఁ బాలించెదను.

చాణ—కాత్యాయనా! వధింపుము.

కాత్యా—(ఖడ్గమెత్తును.)

చంద్రికే—కాత్యాయనా! రాజాజ్ఞ యమోఘము.

కాత్యా—(ఖడ్గముదింపును.)

చాణ—కాత్యాయనా! నీవు నాయాజ్ఞఁ బాలింపవలెను. ఎవఁడు చంద్రగుప్తుని సింహాసనముపైఁ గూర్చుండఁబెట్టెనో యాబ్రాహ్మణుఁడు తిరుగ చంద్రగుప్తుని పదచ్యుతునిఁ జేయఁగలఁడు. కాత్యాయనా! చూచుచుంటివేమి? వధింపుము.

కాత్యా—(ఖడ్గమెత్తును)

చంద్రికే—కాత్యాయనా! రాజాజ్ఞ యమోఘమని యెఱుంగవా? బ్రహ్మహత్యకైన వెనుదీయక రాజాజ్ఞఁ బాలించి తీరెదను. త్రిమూర్తులైన నెదిరించి నావిధి నేనొనర్చెదను.

(అంత శీఘ్రగమనమున మురప్రవేశించి) బ్రహ్మహత్యకుఁ దోడు స్త్రీహత్యయు సంభవించును. కాత్యాయనా! వధింపుము.

చంద్రికే—(కంపించుచు) తల్లీ!

ముర—అవును. రాజాజ్ఞకు పైనది నాయాజ్ఞ. వధింపక తప్పదు.

చంద్రకే—తల్లీ! నన్ను క్షమింపవలెను.

ముర—(వ్యంగ్యహాసమున) క్షమించుటా? అసంభవము.

ద్రాణిక్షమయెఱుంగదు. క్షమ బ్రాహ్మణధర్మము. బ్రాహ్మణేతరులకు క్షమయనునది లేదు.

చంద్రకే—క్షమ మానుషధర్మము. ఒక బ్రాహ్మణునకేగాదు. క్షమావహించుట యపారసుఖము. క్షమ సర్వత్ర యుండదగినది. ఈ క్షమ స్వర్గమునుండి ప్రవహించు భాగీరథీ పవిత్రజలముం బోలి సంసారసాగరమున సంగమించుచున్నది. ఎల్లరు నాపవిత్రసాగర సంగమమున జలకమాడి పవిత్రులైయుండవలెను. పరమాత్ముని క్షమ యనేకవిధంబుల ననేకరూపములతో మర్త్యలోకమున లీనమగుచున్నది. రోగమునందీక్షమయే యారోగ్యరూపిణియైవచ్చి మనల రక్షించుచున్నది. శోకమునందీక్షమ విస్మృతిరూపిణియై మనలంగాపాడుచున్నది. దారిద్ర్యమున నీక్షమయే, సహిష్ణుతారూపిణియై పరితృప్తిం గల్పించుచున్నది. శైశవమున, సంతతి నెల్ల నీక్షమయే తల్లితో నేకీభవించి పెంచి పెద్దచేయుచున్నది. తల్లీ! క్షమింపుము.

(అని మురపాదములపైఁ బడును.)

చాణ—క్షమంగూర్చి యధికముగ నుపన్యసించితివి క్షమ గొప్పదియే యగుఁగాని క్షమించుటకుఁ దగినంతకారణ ముండవలదా?

సీ. ధర్మమార్గము రాజు దప్పరాదనునీతి
బోధించుపెద్దల బాధబెట్టి
"అదియేమి? ధర్మమా" యనువారలంబట్టి
కారాగృహంబున గట్టికొట్టి
"ప్రజలీయఁజాలరు పన్నులహెచ్చింప
వలదను" నుద్యోగి వరులఁదిట్టి
"ఘోరశాసనముల కోరువఁజాలమో
యనికుందుస్త్రీలపై నతిచరించి;

గీ. బ్రాహ్మణద్వేష మెల్లెడఁ బాడుకొప్పె;
పాడిఁ జెప్పిన వధయించి ప్రజలతోడ
"మఱచిపోండు క్షమింపుఁడు మాన్యులారఁ"
యనిన రాజమాత్రుండు క్షమార్హుఁడగునె?

ముర—చంద్రకేతూ! నేను క్షమింపఁజాలను. నందుని యీ యవస్థలోఁ జూచితిని. ఈతని మ్లానాధోముఖముఁ గనులార వీక్షించితిని. నాకన్నీరు మాత్రమతనిఁ జూడకుండఁ జేయుచున్నది. నందా! శూద్రాణీదుగ్ధములు క్షత్రియాణీదుగ్ధములకంటె నెంతమధురముగ నుండునో యెఱుంగుదువా? శూద్రాణీస్నేహము, క్షత్రియాణీస్నేహముకంటె నెంతశుద్ధమైనది. శూద్రాణిని, గణికను, నేను క్షమింపఁజాలను. కాత్యాయనా! చూచుచుంటివేమి వధింపుము. ఊఁ-వధింపుము.

చంద్రకే—తల్లీ! వలనుపడదు. రాజాజ్ఞ.

ముర—ఎవఁడారాజు. నీరాజు చంద్రగుప్తుఁడు శూద్రాణికి కాదు—గణికకుఁబుట్టినవాఁడు. చంద్రగుప్తునియాజ్ఞ—గురుదేవుని కా వానితల్లి కా— కాత్యాయనా! నాయాజ్ఞయైనది. వధింపుము.

చంద్రకే—నాకీతావున పరాజయము గలిగినది—స్త్రీయెడ నేనర్భకుఁడనైతిని. (అనిమురపాదములపైఁ గరవాలముఁ బడవైచి) తల్లీ! నిన్నువారింప నాకు సాధ్యముగాకున్నది.

చాణ—కాత్యాయనా! ప్రాణమున్నదా లేదా? చూచుచుంటివేమి? వధింపుము—ఊఁ—నీపుత్రులఁజంపినవానివధింపుము.

కాత్యా—నారాయణ. నారాయణ. (ఖడ్గమెత్తి నందుని శీర్షముఁగునుముమును.)

చాణ—(అట్టహాసముఁ జేయుచు) అహాహా! ప్రతిహింస సం

పూర్ణముగఁ గొనసాగినది. (అని నందుని రక్తము చేతులతో నద్ది, శిఖను బంధించి, నిష్క్రమించును.)

కాత్యా—నా సంతాన సప్తకమును వధించిన వానికిఁ బ్రతిక్రియ నిర్వర్తించితిని. (అనంతరము చంద్రగుప్తుఁడు ప్రవేశించి) ఇది యేమి యీ ఘోరము?

ముర—ఈముఖమునకే పాలొసంగితిని. ఈశరీరము నే పెంచితిని. ఏమైన నేమి ? తుదకిట్లు పరిణమించినది.

చంద్రగు—వధించినవారెవరు?

కాత్యా—నేను.

చంద్రగు—ఎవనియాజ్ఞపై-

ముర—నాయాజ్ఞపై—గురుదేవుని యాజ్ఞపై- కాత్యాయనా! నీయందుదోషమేమున్నది.

చంద్రగు—కాత్యాయనా! రాజాజ్ఞఁ దిరస్కరించితివి.

కాత్యా—అవును.

చంద్రగు—బ్రాహ్మణుఁడవధ్యుండు. నీవు నారాజ్యమునుండి వెడలుము.

కాత్యా—మహారాజా!

చంద్రగు—ఏమియు వినఁదలంచుకొనలేను. చలిచీమయు నాయాజ్ఞఁ బాలింపవలెను. ఊఁ—వెడలుము—వెడలుము.

కాత్యా—అట్లనా? మంచిది- (అని నిష్క్రమించును.)

చంద్రగు—చంద్రకేతూ!

చంద్రకే—మహారాజా! కోటివీరులెదురించినను రాజాజ్ఞఁబాలించి తీరెదను గాని స్త్రీసన్నిధిని మాత్రమిట్లు చేయఁజాలను.

చంద్రగు—తల్లీ!

ముర.—కుమారా! నాయపరాధమును క్షమింపుము.

చంద్రగు—అమ్మా! తల్లియపరాధము పుత్త్రినిది. “జననీజన్మభూమిశ్చ స్వర్గాదపిగరీయసీ” యనిగదా పెద్దలవాక్యము. నిన్నేమనఁగలను. (అనినందనుని శీర్షముఁబట్టుకొని కన్నీరు దుడుచుకొనుచు నిష్క్రమించును. అనంతరమెల్లరు నిష్క్రమింతురు.)

(యవనిక జాఱును)

తృతీయాంకము సంపూర్ణము.

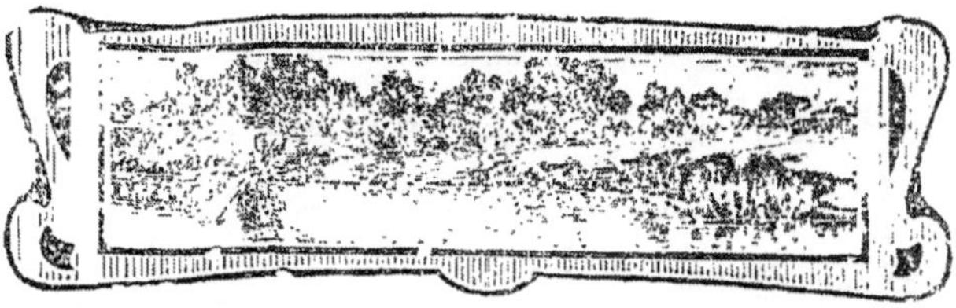

ప్రతిజ్ఞాచాణక్యము.

చతుర్థాంకము.

ప్రథమదృశ్యము. స్థానము:—కుటీరము. కాలము:—సాయంకాలము.

చాణ—(ఏకాకియై ప్రవేశించి) ప్రతిహింస నెఱవేరినది—ఊఁ—అదియొకయున్మాదము. పూర్తియైనఁగాని నిద్రయుండదు. ఆహారము రుచింపదు. ఆహా! ఇప్పటికి నాయూహాకారము విసంబడుచున్నది. నాహృదయము సౌహార్దమునకుఁ దావీయదు. ఏమైననేమి? జరిగిన దేమియో జరిగినది. ఓరాక్షసా! ఎంతపనిచేసితివి? ఊఁ— విచారించిన లాభమేమి? అరణ్యరోదనము—కంకాళముపైఁ గరాఘాతము (అని మెల్లగఁ బాదచారణముఁ జేయుచుండును.)

(గుప్తచరుఁడు ప్రవేశించి) గురుదేవునకు నమస్కారము.

చాణ—విశేషమేమి?

గుప్త చ—కాత్యాయనుఁడు శత్రువులగు యవనుల శిబిరము నందుండుట నిశ్చయము.

చాణ—నిశ్చయము!

గుప్తచ—యవనులు సింధునదము దాఁటిరి.

చాణ—మంచిది. సైన్య మెంతయుండును?

గుప్తచ—నాలుగులక్షలకు మించియుండును.

చాణ—మంచిది—వెడలుము.

గుప్తచ—మహాప్రసాదము—(నిష్క్రమించును.)

చాణ—కాత్యాయనా! చిరకాల మొక విధముగ నుండదు. రాజ్యము నుండి తొలంగింపఁబడుట శాశ్వతమని యెంచి శత్రువులఁ జేరితివా? కానిమ్ము—సెల్యూకస్! అతని ప్రోత్సాహమున దాడి వెడలెదవా? కాత్యాయనా! నామంత్రిత్వమునకు నీసువహించి యుందువు మూర్ఖా!

(రెండవగుప్తచరుఁడు ప్రవేశించి) జయము. జయము.

చాణ—విశేష మేమి?

రెండ—విద్రోహులు గుమి గూడిరి. సంకేతస్థానము నేర్పఱించిరి. మహారాజుగారి శయనగృహమున నిరువది యైదుగురు సారంగమునందున్నారు.

చాణ—అవును. ఇంతకు పూర్వమే వినియున్నాను. నాయకుఁడెవఁడు?

రెండ—వాచాలుఁడు.

చాణ—మంచిది. వెడలుము.

రెండ—మహాప్రసాదము (నిష్క్రమించును.)

చాణ—మూర్ఖా! వాచాలా! ఊఁ—కానిమ్ము—(తెర వైపుఁ జూచి) వీరబలా!.—వీరబరా!

(వీరబలుఁడు ప్రవేశించి) ఏమియాజ్ఞ?

చాణ—నీవీక్షణమేపోయి, చంద్రగుప్తుని శయనగృహమున సారంగముఁ బరీక్షించి, యిరువదియైదుగురఁ బట్టి వధింపుము.

వీర—మహాప్రసాదము. (నిష్క్రమించును.)

చాణ—ఈప్రయత్నము చాల చమత్కారముగ నున్నది. ఏమిచౌర్యవృత్తి! చాణక్యుని యెదుటనా? రాక్షసుఁడు గుప్తచారులఁగలవాఁడట! తనమంచి చెడ్డలనువినుటకే యుపయోగించెను. నేను సర్వము నెఱింగి నశింపఁజేయుచున్నాను.

(అంత చంద్రకేతుప్రవేశించి) నన్ను రప్పించిన విశేషమేమి ?

చాణ—చంద్రకేతూ ! చంద్రగుప్తుఁడు నేటిరాత్రి దాక్షిణాత్యమును జయించి వచ్చుచున్నట్లు వినియుంటివా?

చంద్రకే—ఎఱుఁగుదును. మహోత్సవము సిద్ధముఁజేయ నాజ్ఞయైనది—

చాణ—సిద్ధమైనదా ?

చంద్రకే—అవును. నగరమంతయు నలంకరింప నాజ్ఞాపించితిని, మఱియు—

చాణ—(అసహ్యముగ) ఉత్సవము గిత్సవము వలనుపడదు. నగరాలంకరణము వ్యర్థము. ఏమట్లు చూచుచుంటివి? ఈక్షణమే యుత్సవము మాపుచేయుము.

చంద్రకే—అది యేమి గురుదేవా ?

చాణ—(కోపముతో) కారణమడుగరాదు. వెడలిపొమ్ము.

చంద్రకే—(మెల్లగ నిష్క్రమించును.)

చాణ—సరియే—బాగుగ నేయున్నది. నేనీమహత్తర సామ్రాజ్యముఁ బాసి యేస్థలమునకేగెదను! ఈరాజ్య శిఖరముఁజూచితిని. రాజ్యమంధకారమునందు నప్పుడు తిరుగ రావలసియుండిన నేఁపల రావలెను. ఓపిశాచీ! ఇఁక నన్ను విడువుము; పోయెదఁగాక— ఎచ్చటికి?

ఎవ్వఁడునన్నుఁ గొంపోవఁగలఁడు. మిథ్య—వంచన—చౌర్యము—హత్య—ఛీ—ఛీ—ఎట్టకేలకు శాంతించినది ఆఁ—శాంతించినది. శాంతించుఁగాక, ప్రస్తుతము—తంత్రమంతయు బాగుగనే యనుకూలించినది. (దీర్ఘ నిశ్వాసము వదలుచు) ఇప్పుడెంత వేళయైయుండును? చూచెదఁగాక (అనిగవాక్షము తెఱచి) ఇదియేమి—ఇంతకుఁ బూర్వమెన్నఁడుఁ జూడని యీ తెల్లని చీకటులునాకంటఁబడినవి. ఏమి సౌందర్యము?—ఏమి యానందము—ఆఁ! ఇది వెన్నెల—ఆకాశమునంగల లఘు శుక్ల మేఘఖండములపై నీవెన్నెలయెట్లు వ్యాపించినది? కంఠోయి వినుమగదా? ఓహో! జ్యోత్స్నాతియగు నీభాగీరథి, కలకలధ్వనులతో నెట్లు గానముసేయుచున్నది? ఇంతటియానంద మీ తెల్లనివింతచీకటులయందున్నదా? ఓ పతితపావనీ! భాగీరథీ! భగీరథుని సఫలమనోరథునిఁ జేయు, స్వర్గమునుండి భూలోకమునకే తెంచితివి. ఈనా, మరుహృదయమున కట్టె భక్తి విశ్వాసము లొసంగుము. నేను నిన్ను తల్లీ తల్లీ యని పలుకుచుండ నీవు తరంగరూపమున నటించుచుంటివి ………ఇదియేమి?………(చాణక్యుఁడు మోహావశమున నధీరుఁడగుచున్నాఁడు.) ఏమిరా! చాణక్యా! వెంగలివై పలువరించుచుంటివి—లోనికేగుము. (అని గవాక్షమూయుచుండఁ దెరలో సంగీతనినాదము వినఁబడును.)

చాణ—(తెరవైపుఁజూచి) ఎవరది? లోనికి రావచ్చును.

(అంత నొక బాలికతో నొక భిక్షుకుఁడు ప్రవేశించి) తండ్రీ! భిక్ష! భిక్ష!

చాణ—(బాలికఁజూచి భిక్షుకునితో) ఓయీ! ఇంతరాత్రి వేళనా భిక్షకు వచ్చుట?

భిక్షు—సాయంకాలమగునప్పటి కీనగరము బ్రవేశించితిని. మూఁడు దినములనుండియుఁ దిండిలేదు తండ్రీ!

బాలిక—తండ్రీ! ఆఁకలి. ఆఁకలి.

చాణ—(తనలో) ఈబాలికఁ జూచినంతనే మనోవికారముఁ గలిగినదే? కారణము? (బాలికతో) తల్లీ! ఇటురమ్ము.

బాలి—(చాణక్యుని సమీపమున కేగును.)

చాణ—(బాలికఁ జేరఁదీసి) భిక్షుకా! ఈబాలిక నీ కూఁతురా?

భిక్షు— అవును. తండ్రీ!

చాణ—(నిట్టూర్పుతో) బాలికా! నీపేరు?

బాలి—మధు—

చాణ—మీయిల్లెచ్చట?

బాలిక—చాల దూరము—లేదు. లేదు. మాకిల్లు లేదు.

చాణ—పాడఁగలవా?

భిక్షు—బాగుగఁ బాడఁగలదు.

చాణ—ఇంచుక విశ్రమించి పాడుము.

భిక్షు—పాడుటవలన మాకేమి కష్టముండును? తల్లీ! పాడుము. (అని యిరువురుఁ బాడుచుందురు.)

చాణ—(తనలో) ఆనాఁడిట్టి వెన్నెలయే యుండెను. అప్పుడు చంద్రుఁడు మబ్బుమఱుంగున డాగియుండెను. చల్లనిగాలికి దీపమారిపోయెను. అహాహా! తలంచినంత హృదయము వ్రీలుచున్నది. నాకుమారిక—నామోహదాయిని—ఇదియేమి చాణక్యా? మోహాంబుధిలోఁ గ్రుంకుచుంటివి—(ప్రకాశముగ) భిక్షుకా! ఇఁక పాటచాలింపుము. ఈధనముఁ గైకొనుము. శీఘ్రముగఁ బొండు. మఱి నిలువవలదు. వెడలుఁడు—ఊఁ—

(అని నిష్క్రమించును.)

(భిక్షుకుఁడు బాలికయు నాశ్చర్యముఁ జూపుచు నిష్క్రమింతురు.)

ద్వితీయదృశ్యము. స్థానము:—పాటలీపుత్రములో నొక సౌధము.

కాలము.—రాత్రి; మురయుఁ జంద్రకేతువుఁ బ్రవేశించుదురు

ముర—చంద్రకేతూ! నేఁడు చంద్రగుప్తుఁడు దాక్షిణాత్యము గెల్చివచ్చుచున్నట్లున్నది, పట్టణములో నుత్సవము లేకున్నదేమి?

చంద్రకే—మహామంత్రి నిషేధించెను. విశేష కారణముండవలెను.

ముర—చంద్రగుప్తుని విజయమున కీసువహించెనేమొ?

చంద్రకే—అట్లుతలంపరాదు.

ముర—వాద్యధ్వని వినఁబడుచున్నది. చంద్రగుప్తుఁడు వచ్చుచున్నట్లున్నది పైనుండి వీక్షించెదను. (అని నిష్క్రమించును.)

చంద్రకే—నేఁడు నాకెంతటియానందము. చంద్రగుప్తా! గత జన్మంబున మనమిరువురము సోదరులమైయుండవలెను;

(తెరలో) శ్రీ రాజాధిరాజ రాజమార్తాండ మగధభూపాలునకు జయము జయము. దిగ్విజయము.

చంద్రకే—ఆఁ—వచ్చుచున్నారు.

(అనంతరము రక్షకభటులతో చంద్రగుప్తుఁడు ప్రవేశించును.)

చంద్రకే—బంధూత్తమునకు సుస్వాగతము. (అని కౌఁగిలింపఁ బోవును.)

చంద్రగు—(కోపముతో) చంద్రకేతూ! నాయాజ్ఞఁ బాలించితివా?

చంద్రకే—పాలింపఁ బ్రయత్నించితిని. మహామంత్రి నిషేధించెను.

చంద్ర—అవును, నేననుమానించినట్లయినది. చంద్రకేతూ! మగధదేశాధీశ్వరుఁడు చాణక్యుఁడా, చంద్రగుప్తుఁడా?

చంద్రకే—బంధూత్తమా! శాంతించివినుము

చంద్రగు—ప్రత్యుత్తరము. మగధదేశాధీశుఁడెవఁడు?

చంద్రకే—చంద్రగుప్తుఁడు.

చంద్రగు—మంచిది. మంత్రిఁబిలిపింపుము.

చంద్రకే—బంధూత్తమా! విశేషకార—

చంద్రగు—వినఁదలంచుకొనలేదు. నేనిప్పుడే యాతని యుద్యోగమునుండి తొలఁగించెదను.

చంద్రకే—అతఁడు చెప్పునది యేమన,

చంద్రగు—అతఁడు స్వయముగ వచ్చి చెప్పవలెను ఇప్పుడు నిశ్చయముగావలెను. మగధదేశాధీశ్వరుఁడెవఁడు? చాణక్యుఁడా? చంద్రగుప్తుఁడా?

చంద్రకే—శాంతించివినుము

చంద్రగు—చంద్రకేతూ! నన్నుఁ దిరస్కరించెదవా? వెడలుము.

చంద్రకే—మంచిది. (అని నిష్క్రమించును.)

చంద్రగు—ఈబ్రాహ్మణుని దంభము, సంరంభము, నాధైర్యశిఖరము నతిక్రమించుచున్నది. నాపై నీర్ష్యవహించునా? ఆశ్చర్యము ఉద్యోగవిముక్తుఁ జేయకతప్పదు. తానాడినదేయాట, పాడినదే పాట. నేనెవండను? సేవకుఁడనా? ప్రభువునా?

(అనంతరము చంద్రకేతువు. చాణక్యుఁడు ప్రవేశించుదురు.)

చాణ—చంద్రగుప్త మహారాజుగారికి జయమగుఁగాక.

చంద్రగు—(నమస్కరించి) మంత్రివరా! నేనాజ్ఞాపించినది నిషేధింపఁగారణమేమి?

చాణ—అవును. నిషేధించితిని. కారణమున్నది. నీవడుగరాదు. నేఁజెప్పరాదు.

చంద్రగు—(ఇంచుకమ్రాన్పడి) నాకుఁగావలసినది కారణము.

చాణ—అవును. ఎఱుంగుదును. కారణమునకిది తరుణముగాదు చెప్పినప్రయోజనము లేదు. నేనాలోచించియే కార్యములఁ జేయుదును.

చంద్రగు—వెంటనే కారణముఁ దెలియఁజేయవలెను.

చాణ—కారణమెఱుంగుట కిది తరుణముగాదు. నేను చెప్పను.

చంద్రగు—మగధదేశాధిపతి యెవఁడు ?

చాణ—(మందహాసముఁ జేసి మౌనముఁ బూనియుండును.)

చంద్రగు—మంత్రీ! ఈయౌద్ధత్యము సహింపఁజాలను. నేనిందుఁగూర్చి విచారింపవలసియుండును.

చాణ—చంద్రగుప్తా! అనవసరముగ నుత్తేజితుఁడవగుచున్నావు ప్రకృతికిరమ్ము. (అనిపోవుచుండ.)

చంద్రగు—మంత్రీ!

చాణ—ఎందుకు ?

చంద్రగు—ఈరాజ్యమున కధిపతి యెవఁడో నిశ్చయముగావలెను.

చాణ—నిశ్చయించుటకేమున్నది. మహారాజు చంద్రగుప్తుఁడు.

చంద్రగు—ఎట్లగును? నిజగృహంబున భృత్యుఁడనై యున్నాను. మంత్రిచాణక్యుఁడు రాజాధిరాజై పాటలీపుత్రమును నిశ్చింతముగఁ బాలించి రాజ్యభోగములనుభవించును. చంద్రగుప్తుఁడు మహారాజ నామమాత్రుఁడు. భారతవర్షమంతయుఁ జాణక్యునికీర్తించును. చంద్రగుప్తుఁడు కీలుబొమ్మయైయుండును. మహారాజగు చంద్రగుప్తుఁడు చాణక్యునిఁ బూజింపవలెను. చాణక్యుఁడు చంద్రగుప్తు నాజ్ఞను పదాఘాతమునఁ దృణీకరించును. నేనుసహింపఁజాలను. మనయిరువురకు నెట్టి సంబంధముండరాదు.

చాణ—శ్రీవారియాజ్ఞ. చాణక్యున కేలినవారి మంత్రిపదముతోఁ బనిలేదు.

చంద్రగు—మంత్రిపదచ్యుతుఁడవైనట్లు పత్రమొసంగవలెను.

చాణ—పత్రమొసంగవలనుపడదు. పత్రమూలమున నాకీయుద్యోగము లభింపలేదు నేనియుద్యోగ మభిలషింపలేదు.

చంద్రగు—(సైనికులఁజూచి కోపముతో) మూర్ఖులారా! చూచుచున్నారేమి? చాణక్యుని బంధింపుఁడు.

(సైనికులు మౌనమువహించి చూచుచుందురు.)

చంద్రగు—చూచుచున్నారేమి? ఊఁ—

(సైనికులు సమీపింపఁబోవుదురు)

చాణ—(సైనికులఁజూచి తాళుఁడని సంజ్ఞజేసి) శూద్రునకింత కోపమునకవసరము..........చంద్రగుప్తా! నీమంత్రిత్వముతోఁబనిలేదు. (అని ముద్రికల నొసంగి) చాణక్యుఁడు విలాసపురుషుఁడని తలంపకుము. చాణక్యుఁడీ తుచ్ఛభోగముల నభిలషింపఁడు. ఆతని యాహారము కందమూలములు. శయనము మృగచర్మము. నీరాజ్యచింతచే, రాత్రులయందు నిద్రలేక, తీవ్రమస్తవ్యస్తముతో కుటీరప్రాంగణమునఁ దిరుగులాడుచుండును. నీవే యెఱుంగుదువు. నీరాజ్యముతో నాకుఁ బనిలేదు. నీరాజ్యము నీవే పాలించుకొనుము నేనుపోవుచున్నాను—(గమనోన్ముఖుఁడై తిరుగవచ్చి) ఇంచుక చెప్పవలసియున్నది. నందునివృద్ధమంత్రి తంత్రమూలమున, విద్రోహులు ప్రకాండయంత్రము నిర్మించిరి. నేటి రాత్రి యుత్సవసమయమున నగరము నాక్రమింపఁదలంచిరి. మఱియుఁ గొందఱు నీశయనగృహంబున, సొరంగముత్రవ్వి నిన్నువధింప నుద్యమించిరి. నేను సైనికులఁ బంపితిని. (అని పోవుచునుఁదిరుగవచ్చి) మఱియునించుక చెప్పవలసియున్నది—విజయశీలుఁడగు సెల్యూకసు, సింధునదమునతిక్రమించి సమీపించుచున్నాఁడు. శత్రువులు నలుగడల వ్యాపించుచున్నారు. అందుచే మహోత్సవమున కిదితరుణముగాదని నిషేధించితి—ఇఁక నీయిష్టము (అనిపోవుచుండ.)

చంద్ర—(చాణక్యుని పాదములపైఁబడి) గురుదేవా! క్షమింపుము.

చాణ.—ఉద్యోగముఁ ద్యజించినయనంతర ముస్వీకరింపఁదగదు.

(అనినిష్క్రమించును.

చంద్రకే—బంధూత్తమా! చాణక్యుని శాంతింపఁజేయుము.

చంద్రగు—చాణక్యుఁడు లేని స్థలమున రాజ్యపాలనము లేకున్నదా? నేఁడు నేను బంధవిముక్తుఁడనైతిని. అతనికింత యహంకారమా?

చంద్రకే—నామాటవినుము. బ్రతిమాలి శాంతింపఁజేయుము.

చంద్రగు—చంద్రకేతూ! నీవు నాకేమియుఁ జెప్పనక్కఱలేదు. అతనిపలుకుబడితో నాకుఁ బనిలేదు. సోదరునిఁగాపాడుటకునైన నాకుశక్తి లేదు. నానుమాత్రమునకు రాచఱికముఁ గలవాఁడనైతిని. ఇంతకంటె సరళదాస్యము మేలుగదా?

చంద్రకే—గురుదేవుని కార్యాచరణము మంగళదాయకమగుఁగదా?

చంద్రగు—నాకు మేలగుననియే కాఁబోలు నాసోదరునిఁ జంపించెను

చంద్రకే—సింహాసనస్థుఁడవగు నీవతని ఋణస్థుఁడవు.

చంద్రగు—ఏమీ! ఋణస్థుఁడనా? అప్రియము లాడ నేర్చితివా?

చంద్రకే—అప్రియమైనను సత్యమాడుటయందధికారమున్నది. బంధుత్వము సమానభాగము పైనుండును. నీయెడల నాకెట్టిస్పర్ధయు లేదు. కొన్ని కారణాంతరములచే నేనిప్పటికి సెలవుగైకొనుచున్నాను. ఇంచుక చెప్పవలసియున్నది. విపత్కాలమున నేను నీయాధికారమును వంచించి మెలఁగినవాఁడఁగాను. ఇఁక మునుమున్నెపుడైన మహారాజు నాసాయముఁగోరినఁ దోడ్పడవలసినవాఁడనని మాత్రము చెప్పి నేఁబోవుచున్నాను— (అనినిష్క్రమించును.)

(ఒక భటుఁడొక శిరము [illegible]
యము. మహారాజా! ఇది, [illegible]

చంద్రగు—నాయు[illegible].

భటు—ఇపు వదివై [illegible]
సారంగము [illegible] దాఁగియుండి [illegible]
పై వధించితిమి. వాని నా [illegible]

చంద్రగు—(నిదానించి [illegible]
వును. నీవిఁక వెడలుము.

భటు—మహాప్రసాదము. [illegible]

(ఒక సేనాపతి ప్రవేశించి జయము [illegible]

చంద్రగు—విశేషమేమి?

సేనా—విద్రోహులు [illegible]

చంద్రగు—ఇట్లు చెప్పుచు [illegible]

సేనా—మహామంత్రీ—[illegible]

చంద్రగు—(ఆలోచించుచు) [illegible].

(అని నిష్క్ర[illegible]

తృతీయదృశ్యము స్థానము:— సెల్యూకసు [illegible]

[కాత్యాయనునితో సెల్యూకసు [illegible]

సెల్యూ—అంతయు బాగుగ నే [illegible]
లసైన్యమున్నది.

కాత్యా—చాణక్యుఁడు మహామంత్రియు [illegible]
కెంత సైన్యమున్నను భయము మొందవలసిన [illegible]
యు, నెఱింగితిని. నా [illegible] టల నిక్షేపించు [illegible]

సెల్యూ—ఏమైన—మన సైన్యసంఖ్య [illegible]

కాత్యా—భయపడవలదు. చంద్రగుప్తుని విపక్షులుకొందఱున్నారు. వారు నిశ్చయముగఁ దోడ్పడుదురు.

సెల్యూ—అదెట్లు నిశ్చయింపవచ్చును ?

కాత్యా—నేను చారులవలన గ్రహించియే నిశ్చయించితిని. చంద్రకేతువు సైన్యము స్వదేశమున కేగెను. వారు సహితము మనకుఁ దోడ్పడినఁ దోడ్పడవచ్చును మనకిది మంచితరుణము.

(అంతసత్వరముగ హెలేనప్రవేశించి) ఛీ! బ్రాహ్మణాధమా! ఎల్లఱు నినుఁబోలువిశ్వాసఘాతుకులని విశ్వసింపకుము.

సెల్యూ—హెలేనా ! నీవిపుడిచటికేల రావలెను ?

హెలే—నేనీసమీపముననే పఠించుచుంటిని. నడుమ నడుమ, నీబ్రాహ్మణుని నీచవాక్యములు నాకువినఁబడెను. కుతూహలమునఁ బుస్తకము విడిచి సర్వము వినుచుంటిని. ఈబ్రాహ్మణుఁడు కేవలము విశ్వాసఘాతుకుఁడు.

కాత్యా—ఆఁ—నేనా ? —విశ్వా

హెలే—అవును. నిశ్చయముగనీవే. రాజద్రోహివై, స్వజాతివినాశమునకుఁ బాల్పడి,యీ జన్మసిద్ధమగు స్నేహమును త్యజించి,యాతతాయివై, శాంతిక్షేత్రముపై రక్తము ప్రవహింపఁజేయఁదలంచితివి. నీవు నీజాతికి శత్రుఁడవు. లోకద్రోహివి. నియమశృంఖలము నుండి బాహ్యుఁడవై, ధర్మమునకు విరోధివై నాజనకుని జీవవహ్నిని వాయువుఁబోలి ప్రజ్వలింపఁ జేయుచుంటివి. ద్వివిధప్రకాండసభ్యజాతులకు నడుమఁ బరిఖఁ ద్రవ్వుచుంటివి.

దేశద్రోహి—నీకు నరకమునందైన స్థానము లేదు.

కాత్యా—కాని పాణిని చెప్పునది యేమనఁగా,

హెలే—పాణిని వ్యాకరణము.

కాత్యా—అందు సహితము వేదాంతసారమున్నది.

హేలే— నీవు కేవలము మూర్ఖుఁడవు. దూరముగనుండుము. కర్మచండాలుఁడవు.

కాత్యా— ఆఁ— అంతమాట వద్దు. (అనినిష్క్రమించును.)

హేలే— తండ్రీ! నేనిబ్రాహ్మణుని తోడ్పాటున నించుకంత సంస్కృతమభ్యసించితిని. ఇతఁడింతటి పాపాత్ముఁడని తలంచియుండలేదు. అట్లెఱిఁగియున్నఁ దక్షిణమే పొమ్మని చెప్పియుందును. ఏమాశ్చర్యము ఎంత ఘోరము— బ్రాహ్మణులయందు సహితము దేశద్రోహులున్నారు.

సెల్యూ— హేలేన! నిన్నుఁగన్నతల్లి సభ్యజాతి యవనస్త్రీయా, లేక బర్బర?

హేలే— నాతల్లి మహాదేవి.

సెల్యూ— నీవామెకు కూఁతురివి యవనగౌరవము లాఘవముఁ జేయుదువా?

హేలే— యవన గౌరవము విశృంఖలముగ సత్యాచారమునకుఁ బరిణమించునా? మనగౌరవమును స్థాపించిన— ఇరోపిడసు— పిడియసు— సఫోక్లెసు— ఇరోడోటాసు, మఱియుంగల మహానుభావులు గ్రంథకర్తలైయైరోపాఖండమున నక్షత్రములవలె వెలుంగుచున్నారు. వారలఁబోలి, భారతవర్షమునందు సహితము పూర్వయుగమున నెందఱో మహానుభావులు ప్రకాశించిరి. గ్రీసు; భరతవర్షము, సంధ్యాసమయ సూర్యపూర్ణచంద్రులవలెఁ బ్రాచ్యప్రతీచ్యాకాశముల విభాగించినవి. వారిసంఘాతము ప్రళయమునకుఁ గారణము. ఇంతకు, యుద్ధపర్యవసానము కేవలము హత్యయేగదా?

సెల్యూ— ఏమనుచుంటివి? మిల్టియడిసు, లియొండసు, వీరిరువురునిట్టిహత్యల కుద్యమించి యుండరా?

హెలే—వారు స్వదేశరక్షణార్థమై హత్యలనుఁ బూనుకొనిరి శాంతిని రక్షింపఁదలంచి, యుద్యమించిరి.

సెల్యూ—నే నీమాట విశ్వసింపఁజాలను

హెలే—తండ్రీ! ఆత్మరక్షణార్థ మనివార్యమైన పోరాడవచ్చు గాక. శాంతిఁగా పాడుటకుమాను, శాంతిభంగమునకుఁ బోరాడరాదు. ఒకజాతి సుఖముగ శాంతిక్రోడమున నిద్రించుచుండ, వానిద్రకు భంగముదలంపవచ్చునా? ఇది సభ్యజాతికుచితమైనదా? ఇంచుక యాలోచింపుము.

సెల్యూ—నేనుకన్యకా వాచాలత్వమువినఁగోరను. బాల్యమున నీపలుకులువిని సంతోషించితిఁగాని, యీవృద్ధత్వమున, నీపలుకులు నాకు రుచింపకున్నవి. "అరిష్టాట్లెసు" చెప్పునదియేమనఁగా,

హెలేన—ఓహో! అరిష్టాట్లెసు వాక్యసారము, పాశ్చిమాధ్యాత్మికవ్యాఖ్యయు సంగమించినవి శాంతిక్షేత్రమును దహింప నుద్యమించినవి.

సెల్యూ—హెలేనా! అట్లనుచుంటివేమి?

హెలే—నీయహంకారము, కాత్యాయనుని విద్రోహము, కలసి మెలసి, నదనదీపర్వత సముద్ర భూభాగముల విభజింప విజృంభించుచున్నవి.

సెల్యూ—పొమ్ము. నీమాటలవినరాను. (తెరవైపుజూచి) ధాత్రీ! నీవు నాకుమార్గ మనుసరించి యుండుము. హెలేనా! లోనికేగుము. (అనినిష్క్రమించును.)

హెలే—(చింతించును) హింసాసర్పము సహస్రఫణములతోఁ బరుగిడి వచ్చుచున్నది. అనివార్యము. గత్యంతరము లేదు.

(అని నిష్క్రమించును.)

చతుర్థదృశ్యము. స్థానము:- చంద్రగుప్తునిప్రాసాదము. కాలము:- రాత్రి.

(ఏకాకియై చంద్రగుప్తుఁడు ప్రవేశించును.)

చంద్రగు—తుదకు నాప్రజయు, సైన్యము, శత్రువులతోనేకీభవించినట్లున్నది. అంతట శత్రువులు నిండియుండ రక్షణమెట్లుండును. హితముఁగోరువారిని రాజ్యమునుండి వెడలించితిని. ఇఁక చేయవలసినదేమున్నది. "హా చంద్రగుప్తా! నీవింతటికృతఘ్నుఁడవా? నీకాశ్రయమొసంగి సైన్యమొసంగి నీకొఱకు ప్రాణములనైన నర్పింప సిద్ధముగనుండిన వానిని నన్నన్నివిధంబులఁ గాపాడి, సింహాసనముపైఁ గూర్చుండఁ బెట్టిన గురుదేవునిఁ దిరస్కరించెదవా? సామ్రాజ్యము నశించుఁగాక. నాకీ యుద్ధముతోఁ బనిలేదు. మగధసామ్రాజ్య మాకాశహర్మ్యముఁ బోలి శూన్యమైనది.

మ. కడకీరీతిఘటిల్లె; భూవరుఁడనన్ గర్వంబుచే నేఁ గృత
ఘ్నుఁడనై చేసినచేఁతకున్ ఫలముచేకూరెన్; విచారాబ్ధిలోఁ
బడి దిక్కేమియుఁ గానకుంటి; గురుదేవా! చంద్రకేతూ! సఖా!
జడుఁడన్ ధూర్తుఁడఁ జంద్రగుప్తుఁడను పశ్చాత్తాపసంతప్తుఁడన్"

(అంతనొక సైనికుఁడు ప్రవేశించి) జయము, జయము. మహారాజా! దుర్గదక్షిణప్రాకారము భగ్నమగుచున్నది.

చంద్రగు—మంచిది. పొమ్ము. ఏమట్లు చూచుచుంటివి. పొమ్ము

సైని—శత్రుసైన్యము దుర్గము భేదించి ప్రవేశించుచున్నది

చంద్రగు—సంతోషమే. పొమ్ము.

సైని—(నిష్క్రమించును.)

చంద్రగు—నాకు యుద్ధముతోఁ బనిలేదు. నేఁగావించిన యపచారమునకుఁ బ్రతిక్రియయాత్మహత్యయే.

(అంతమఱియొక సైనికుఁడు ప్రవేశించి) మహారాజా!

చంద్రగు—ఎవఁడవు రానీను. వేగమే పొమ్ము.

సైని—శత్రు—

చంద్రగు—శత్రు వెవఁడు; మిత్రుఁ డెవఁడు? అందఱు శత్రువులే. అందఱు మిత్రులే. కానిమ్ము; పోనిమ్ము.

సైనికు—(తనలో) ఇదేమి గ్రహచారమురా ? (అని నిష్క్రమించును.)

చంద్రగు—సర్వము శత్రుమయము. ఈ విపన్నది నతిక్రమించు టెట్లు? కర్ణధారుఁ డెవఁడు? ఈ నదీతరంగము లుత్తుంగములై డోలాయమానములగుచున్నవి. ఇఁక పైఁబడను. మునుంగుటకు సిద్ధముగ నున్నాను. చేయఁదగిన దేమున్నది?

(మఱియొక సైనికుఁడు ప్రవేశించి) మహారాజా!

చంద్ర—ఎవఁడా మహారాజు. అట్టివాఁ డెవఁడును లేఁడు పొమ్ము.

సైనికు—(ఱిచ్చవడి) చిత్తము. (అని నిష్క్రమించును.)

(తెరలో కలకలధ్వని)

చంద్రగు—ఇది యేమి? తూర్యధ్వనియా? కాదు. కాదు. యుద్ధకోలాహలము. యుద్ధమా? ఎవరితో? ఓ చంద్రగుప్తా ! నీవు జీవించియున్నావా? చచ్చితివా? నీ వీధ్వని వినియును నిర్జీవప్రతిమఁబోలి గృహమునఁ గూర్చుంటి వేమి? నీ సైన్యము నీకొఱకై పోరాడుచున్నది. ప్రాణమర్పించుచున్నది. లెమ్ము. లెమ్ము. అగాధనైరాశ్యమహాంబుధిలోఁ బడి మునుంగనేల ? ఈ శత్రుసేనాసమూహముపైఁ జెలరేఁగి పోరాడుము. ప్రళయము వచ్చిన వచ్చుఁగాక. మగధసామ్రాజ్యమునకు జయమగుఁ గాక.

(అంత శీఘ్రముగ ముర ప్రవేశించి) చంద్రగుప్తా !

చంద్రగు—తల్లీ ! పోయెదను.

ముర—ఎచ్చటికి ?

చంద్రగు — యుద్ధమునకు. పోరాడిచచ్చెదంగాని మఱిబ్రదుకను

ముర — వత్సా! అంతవచ్చినహానియేమి? నీవువీరుండవు. పోరాడుము.

చంద్రగు — గత్యంతరము లేదు. సర్వముశత్రుమయము.

ముర — అయినను —

చంద్రగు — మఱియేమియు లేదు. చావనిశ్చయించితిని. యుద్ధకోలాహల మెంత ఘోరముగనున్నది. (తెరవైపుజూచి) సైనికా!

సైనికు — (ప్రవేశించి) జయము. జయము.

చంద్రగు — నేనిప్పుడే యుద్ధమునకు వచ్చుచున్నానని తెలియఁజేయుము.

సైనికు — మహాప్రసాదము — (నిష్క్రమించును.)

(తెరలో) చంద్రగుప్తమహారాజునకు జయము జయము.

చంద్రగు — ఇదియేమి? జయమా? శత్రువుల వ్యంగ్యజయధ్వనియా? చంద్రగుప్తునకు జయమెట్లు లభించును! అభయమొసంగుటకు గురుదేవుండు లేఁడే? పోరాడఁగల మహావీరుండు చంద్రకేతు వేఁడీ? అరరే! ఆధ్వని సమీపించుచున్నదే? వినఁబడుచున్నదే? ఎవరిదీ కంఠస్వరము. పరిచితస్వనముఁ బోలియున్నదే? వీరెవరై యుందురు. నిరీక్షించెదఁగాక.

(అనంతరము రక్తవస్త్రములతోఁ జంద్రకేతువు, ఛాయయుఁ, జాణక్యునితోఁ బ్రవేశించుదురు

ముర — (చాణక్యుని పాదములపైఁబడి) గురుదేవా! రక్షింపుము.

చాణ — భయమేమియును లేదు. లెమ్ము - చాణక్యుఁడు సర్వము నిర్వహింపఁగలఁడు. చచ్చినమనుజునిమాత్రము బ్రతికింపఁజాలఁడు. చ

ద్రగుప్తా! నిరుత్సాహ మొందకుము. సర్వమనుకూలముగ నున్నది. ఇప్పుడే యుద్ధమున కగ్రేసరుఁడవై నిలువుము. యవనవిజయము చాణక్య తంత్రమహాగ్ని హోత్రమునకు భస్మమైనది.

చంద్రకేతు—బంధూత్తమా! ఏమట్లు చూచుచుంటివి? మన యుగన్ధరి వక్షములపైఁ బర్వతము బడినను చూర్ణమగును.

చంద్రగు—బంధూత్తమా! క్షమింపుము. (అని కౌఁగిలించు కొనును.)

చాణక్య—విళంబమునకు వేళలేదు. రండు. రండు.

(ఎల్లరును నిష్క్రమింతురు.)

పంచమదృశ్యము. స్థానము మగధదేశమునఁ జంద్రకేతువు మందిరము.

(కాలము—రాత్రి, చెలికత్తెలఁతో ఛాయ ప్రవేశించును.)

ఛాయ—ఆషుఁడు; పాషుఁడు నేఁడు; నేను సహితము మీతో నేకీభవించెదను. చంద్రగుప్తమహారాజు సెల్యూకసు జయించెను. ఏమా సందము.

ప్రథ—సఖీ: నీవెవనిఁ గూర్చి జయగానముఁ బాడుచున్నావో యాతఁడువినునా? ఆనందించునా?

ఛాయ—నాగానమునకు నేనె యానందింపఁగలను. ఎవరియానందము వారిది.

మ॥ వనభాగంబునఁ బంచమస్వరమునన్ వాసంతవేళన్ పికం
బనురక్తిన్ నహియించిపాడుఁ దనలో నానందముప్పొంగ; నె
వ్వనిమోదంబునకై మరుచ్చలితమై వల్లీదళంబాడుఁ? దా
ననుకూలించి యొనర్చుకార్యమునఁదా నానందమున్ బొందెడున్

ద్వితీయ— నీవాతనిఁ బ్రేమించుచుంటివిగదా? నీవాతనినుండి ప్రతిదానముఁ గోరుదువా?

ఛాయ—నా ప్రేమయే నాకు సంపత్తి. ప్రేమామృతమున స్నానమాడుచున్నాను.

ప్రథ—ఆతఁడు నిన్నుఁ బ్రేమింపకున్న నీ వాతని ప్రాణంబుల రక్షించితివి. నీ జీవమును నీవు రక్షింపకుంటివి.

ఛాయ—చెలీ! ఎల్లప్పుడు నాతని చరణదాస్యమును పాహ్యాయమభిలషించును. ఆతనికుపాయనంబుగ నొసంగఁదగిన దేమున్నదను విచారము నన్ను బాధించుచుండును.

ద్వితీ—పాపము. ఇచ్చుటకు నీకేమున్నదే?

ఛాయ—రూపము.

ప్రథమ—నీకు రూపము లేదనిన వా రెవరు?

ఛాయ—నాకట్టిరూపమున్న నన్నతఁడు వీక్షింపకుండునా?

ద్వితీయ—రూపమునకేమి పని? సర్వము మించిన నీయమూల్యహృదయము చాలదా?

ఛాయ—పురుషునకుఁ బ్రత్యక్షమగునది రూపమే కదా?

ప్రథ—పురుషులు కేవలము మూర్ఖులు.

ఛాయ—(నిట్టూర్పువిడిచి) మీరు నన్ను దుఃఖింపఁ జేయుచున్నారు. లేదు, లేదు. నేఁడు మహోత్సవము. ఉత్సవ మొనర్పుఁడు. ప్రత్యూషబాలభాస్కరుని తేజఃపుంజము మీ జాగ్రన్ముఖమండలములపైఁ బడకుండునప్పుడే, పక్షుల కలకలధ్వనులు, క్షీణించిన మీ కంఠస్వరముల ధిక్కరింపనప్పుడే, మీ గాననైపుణ్యముఁ జూపుఁడు.

ద్వితీ—చంద్రగుప్తుని వలచినదానవు నీవు. పాడవలసినవారము మేము. (అంత మురళ ప్రవేశించి) ఛాయా! ఛాయా! ఉత్సవమున మునింగియున్నావు. (తనలో) ఆహా! చంద్రకేతువు రణరంగమున మృతుఁడైనట్టు లీమె యెఱుంగదు. నే నెట్లెఱింగింపఁగలను? (ప్రకాశ) ఛాయా!

ఛాయ—(చమకితయై) ఎవరది? (మురఁజూచి) ఓహో!

ముర—ఛాయా! విశేషమున్నది.

ఛాయ—విశేషమా?

ముర—అవును. నేఁటికి నాజీవనము సార్థకమైనది. (అని కౌఁగిలించుకొని) నీవు నాకోడలవు. భరతవర్షమునకుఁ గాఁబోవు చక్రవర్తినివి.

ఛాయ—ఆఁ............ఆఁ ....తగను. తగను. చంద్రగుప్తుని పత్నీత్వమునకు నాకుతగదు. చంద్రగుప్తుఁడుచక్రవర్తి యగుఁగాక. నేనతని చరణదాసినై యుందును.

ముర—ఛాయా! నేను పరిహసించుచుంటిననియా నీయభిప్రాయము! నేను నిశ్చయమగు నంశమునే తెలియఁజేసితిని.

ఛాయ—(స్వగతము) ఆఁ—నిశ్చయమా? స్వప్నగత సౌభాగ్యమా? ఆహా! ఎంతటియాకస్మికానందము, ప్రకాశ అబద్ధము నేను విశ్వసింపఁజాలను. (అని మురవక్షముపైఁబడి దుఃఖించును.)

ముర—ఛాయా! దుఃఖమున కిదితరుణమా?

ఛాయ—ఏమీ? నేను దుఃఖించుచున్నానా? పుష్పవృష్టి కురియుఁగాక. ఇదియేమి? ఆకాశము స్నిగ్ధముగఁ గానవచ్చుచున్నది. మఱియుగాఢముగ గంభీరముగ నున్నది! ఆఁ—ఆఁ ఆమఱియు నుజ్జ్వలమగుచున్నది ఆహా! ఏమినాభాగ్యము? వసుంధరయు మందారసౌరభము గుప్పుచున్నది! వాయువు సహితమపూర్వ సంగీతనినాదసౌఖ్యమొసంగుచున్నది. ఇది భూలోకమా? స్వర్గమా? అహా! నాప్రాణాధికుఁడు చంద్రగుప్తుఁడు అవును. అవును. హా! ప్రాణేశ్వరా! (అని మోకరించి) ప్రాణేశ్వరా. మన్మథసామ్రాజ్య చక్రవర్తీ!...............ఇదియేమి? స్వప్నమా? (అనిమురఁగౌఁగిలించుకొనును.)

(అంత చాణక్యుఁడు ప్రవేశించి) ఇదియేమి?

మురా—విజయోత్సవము.

చాణ—ఓహో! అట్లనా? (ఛాయను నిదానించి) మురా! సంధియైనది. సంధిపత్రముల క్రింద సంతకములు మాత్రము లేవు.

మురా—సంధి యేవిధముగ?

చాణ—చంద్రగుప్తమహారాజు సెల్యూకసునకు 500 గజముల నిచ్చుటకు ప్రతిగ సెల్యూకసు హిందూకూషుపర్వతముల కుదక్షిణమున తూర్పునఁగల సమస్తరాజ్యము నొసంగుటకు నీసంధిపత్రమూలముగా పాడుటకే, సెల్యూకసు తనపుత్రికను చంద్రగుప్తున కొసంగుటకు నిశ్చయమైనది.

మురా—ఇదియేమి? గురుదేవా! నేనామెఁగోరను. ఛాయయే నాకోడలు.

చాణ—వలను పడదు. ఇది చాణక్యతంత్రము. రాజ్యకళ్యాణ నిమిత్తము; ఛాయ తనస్వార్థమును బలియొసంగుఁగాక. (అని నిష్క్రమించును.)

మురా—ఛాయా! ఇదియేమి? పాషాణప్రతిమఁబోలియున్నదానవు. నేను నిర్భాగ్యను (అని నిష్క్రమించును.)

ఛాయ—స్వార్థము తుచ్ఛము. బ్రాహ్మణుఁడా! నీవేమెఱుంగుదువు? పురుషుఁడెట్లు గ్రహించును. స్త్రీజీవనమట్టిది. ఈశ్వరా! నీసంకల్పమిట్లున్నదా? తుదకిట్లు పరిణమించెనా! ప్రేమయు, మృత్యువు, స్వర్గము, నరకము మిళితములైనవి. పృథ్వియంతయు భ్రమించుచున్నది. పోఁగాక (అని నిష్క్రమించును.)

ప్రతిజ్ఞాచాణక్యము.

పంచమాంకము.

ప్రథమదృశ్యము—స్థానము: సంమునిపూర్వప్రమదోద్యానము.
కాలము రాత్రి. (హెలేనతో సెల్యూకసు ప్రవేశించును.)

సెల్యూ.—అసభ్యుఁడగుచంద్రగుప్తునకు సెల్యూకసు తనకూఁతునొసంగునా! నేనువీకుసంధికెంతమాత్రిమొడంబడఁ జాలను.

హెలే.—తండ్రీ! గర్వముతో—దురభిమానముతోఁ బనిలేదు, నీభుజాగర్వమణంగినది. లజ్జింపఁదగిసమయమిది.

సెల్యూ.—లజ్జింపనేల? ఆక్రమించుటలో విఫలమైనది

హెలే.—ఆక్రమించువారెవరు. ఈయుపరాధము చంద్రగుప్తునిపైనున్నదా? ఆతఁడుమనతోవిరోధించెనా? సింధునది కావల పాలించుచున్ననీకీకన్నెఱ్ఱయేల? సహింపఁజాలక నీవుఢీకొనునప్పుడు నేను నిషేధింపలేదా? వినకున్నందుకుఫలమిది. మంచిపనియైనది.

సెల్యూ.—పరజాతి విజయమున కుల్లాసముఁ జూపుచుంటివి.

హెలే.—అవును. ఎవరైననేమి? ధర్మమే జయము. ప్రతిష్ఠిత రాజ్యమునకు శాంతిభంగముఁగూర్చువాఁడు పాపాత్ముఁడగును. తల్లు

లందఱు పుత్త్రహీనలుగ లేదు. బాలిక లందఱు పితృహీనలైరి. సతు లెందఱు పతిహీనలైరి. శోపద్రవముఁ గలిగించి. విజయగౌరవార్థమై యుద్ధముఁ దిల్పించి యెంతటిపాపమునకుఁ బాలైతివో యాలోచింపుము.

సెల్యూ—నేను పాపాత్ముఁడనగుదుంగాక!

హెలే—అందుచే ఫలమనుభవించితివి.

సెల్యూ—జయాపజయంబులు. స్వభావసిద్ధములు. తిరుగ విముక్తుఁడనై—

హెలే—విజయశీలుఁడు పరునిదయ నాశించునా? నీప్రతిజ్ఞయేమైనది. జయమో, మృత్యువోయనిగదా? లజ్జింపవలదా? అధఃపతనము.

సెల్యూ—(మూర్ఛనుపడి) హెలేనా! ఈనాదుర్గతినీవలన నేసంభవించినది. పెంచి పెద్దఁజేసినమాతృహీనబాలిక నాకుఁబ్రక్కలోని బల్లెమైనది. పరాజయశల్యమును నాహృదయమునఁ గ్రుచ్చిబాధించుచున్నదానవు. ఛీ! ఛీ! ఎందుకు నాకీజన్మము (అని దుఃఖించును.)

హెలే—తండ్రీ! దుఃఖింపవలదు నావలనదోషమున్న క్షమింపుము.

సెల్యూ—నాదేదోషము. నన్నే క్షమింపుము

హెలే—విశేషదుఃఖకారణము నట్లుండనీ. తండ్రీ! దుఃఖింపవలదు. విముక్తిఁ జెందినయనంతరము ప్రతిక్రియకుఁ బూనుకొనవేని, చంద్రగుప్తునివివాహమాడి నిన్ను విడుదలఁ జేసెదను.

సెల్యూ—ఆఁ! ఎంతమాత్రమట్లువలనుపడదు. ఆజన్మాంత మిట్లుండెదఁగాని, యసభ్యుని బెండ్లాడవలదు.

చంద్రగుప్తుఁడు (ప్రవేశించి) వీరవరా! నీవిడుదలకు వివాహమునకు సంబాధము లేదు. యవనసార్వభౌమా! నీవు బంధవిముక్తుఁడవైతివి. నీ

కు నాపైఁ గ్రోధమున్న నాయాజ్ఞను బరిగ్రహింప నుద్యమింపవలెను. మీరాయిరువురు వెడలుఁడు; మీ యిష్టమువచ్చిన స్థలమున కేగుఁడు.

సెల్యూ—అది యేమి?

చంద్ర—సార్వభౌమా! హిందువు లసభ్యులని తలంపరాదు. వారుసహితము పౌరవులవలె నార్యకోటిలోఁ జేరినవారు. మీరు మీ దేశమునకు నిరాఘాటముగఁ బోవచ్చును. (తెరనైపుఁ జూచి) ఎవఁడచ్చట!

భటుఁడు—(ప్రవేశించి) ఆజ్ఞ.

చంద్ర—వీరల సగౌరవముగ విడువుము. (అనిపోవుచుండ)

సెల్యూ—(ఆశ్చర్యముతో) భారతసార్వభౌమా! చంద్రగుప్తా! నీవు మహాపురుషులలోఁ జేరఁదగినవాఁడవు. నీవొకప్పుడు నాప్రాణదాతవు. నేనుమఱచియుండలేను. ప్రత్యుపకారనిస్పృహతో నన్నిపుడు విడిచితివి. ఇదియునుటునను నేఁగోలుపోయిన సామ్రాజ్యమునకీర్తి యున్న జయించెదఁగాక. నీవు హైందవుఁడనగుటచే నాకుమారిక నీయఁజాలను.

హెలే—హైందవులు యవనులవలె మనుజులలోఁ జేరరా?

సెల్యూ—(కుమారిఁజూచును).

హెలే—(తలవంచుకొనును).

చంద్ర—రాజకుమారీ! ఎఱుఁగుదును. నాయెడ నీకుఁగల సన్మానమునకు కృతజ్ఞుఁడను. (సెల్యూకసుఁజూచి) వీరవరా! నేను భిక్షగ్రహింపనసమర్థుఁడను. కుమారికినాకుఁగల ప్రేమసూత్రమునకు బద్ధుఁడనైతిని. తాత్కాలికమని తలంపరాదు. నేనేదినమున, బాలయౌవనసంధితరుణమున, సింధునదతటమున, సంధ్యాసమయమున, నేముఖచ్ఛవిఁ జూచితినో, యాదినమునుండియు నాముఖమండలము నాహృదయసీమను ముద్రితమైనది. మఱియు— శీఘ్రముగ ఛాయప్రవేశించి సార్వభౌమునకుజయము. భరతఖండాధిపతికి హెలేనయే తగియుండు

ను. ఈఛాయానీయనుగ్రహసన్మానమునకుందగదు. (హెలేనంజూచి) నీవు విశేషసౌభాగ్యవతివి. నీయందు చంద్రగుప్తున కధికానురాగమున్నది. అతనికి నేనొసంగందలంచిన యీనాహృదయనిధి, నీహృదయనిధితోం గలసిమెలసి చంద్రగుప్తునిం జేర్చుంగాక. (అని హెలేనకరములతో చంద్రగుప్తుని కరముల సమ్మేళనముం జేసి) భారతవర్ష సార్వభౌమా! ఈయబలారత్నము నీహృదయసీమ నలంకరించుంగాక. ఈతరుణము మాకు గౌరవకారణము. ఇదియే శుభముహూర్తము. ఓమ్ శాంతిశ్శాంతి శ్శాంతిః—(అనివస్త్రములతోంగనులంగప్పుకొని ఛాయనిష్క్రమించును)

చంద్ర—(నిశ్చేష్టుండై) ఇదికలయా? కాదు. కాదు. (తెర వైపుంజూచి) ఛాయా! నిలువుము. నిలువుము—

ఉ. కోపము లేల బాల! నినుం గోరినవాండను జూడవేల? నా
తాపమణంపవేల? నిక నే తాళంగంజాల; విరాళిదూల నీ
ప్రాపును గోరువేళ నను బాసితొలంగెద వేల? బేల! మే
లా? పరిపూర్ణచంద్రవదనా లలనా! తగనా పసుండనా?

(అని సెల్యూకసుంజూచి) సార్వభౌమా! నీకుశుభమగుంగాక.
(అని హెలేనపై దృష్టినిగిడ్చి శీఘ్రముగనిష్క్రమించును.)

సెల్యూ—ఇదియంతయునేమి హెలేనా?

హెలే—నాకేమియుం దెలియదు.

సెల్యూ—నీవు చంద్రగుప్తుని పెండ్లాడనిశ్చయించితివా యేమి?

హెలే—నీయనుజ్ఞకై వేచియున్నాను.

సెల్యూ—అనుమతించెదను—సర్వము స్వప్నము. నేననుమతించుటయు స్వప్నము. (అనినిష్క్రమించును)

హెలే—తండ్రీ! నేనేలవివాహమాడం దలచితినో నీవెఱుంగవు. ఇంతవ నేనెల్లకాల మిట్లుందునా?

గీ. ఎల్లరుంగోరుస్త్రీరత్న । మెంతకాల
మిట్టులొంటిమై నుండునూ । హింపవలదే?
తరుణిలతయును సత్కవి । తాకుమారి
యులరు; బుష్పించు. మెలఁగు; న । దాశ్రయమున,
(అని నిష్క్రమించును.)

ద్వితీయదృశ్యము. స్థానము:- చాణక్యనిగృహము. కాలము:- ప్రభాతము
(చాణక్యుఁడేకాకియై ప్రవేశించును.)

చాణ — ఆహా! ఏమియీయాసముద్రము? ఎంతదూరము నిదానించినను, తరంగహీనమై, శబ్దహీనమై, యుపశాంతమై, మృత్యువువలెస్థిరమై, గోచరించుచున్నది. (మెల్లమెల్లగనడుచుచుదీర్ఘనిశ్వాసమువిడిచి) క్షమ — స్నేహము — లేకుండుటచే నోర్వశక్యముగాకున్నది. స్నేహశూన్యమైనహృదయమునందమమావరించియున్నది. తీవ్రవిచారమునకు మస్తిష్కము ద్రవీభూతమై బాష్పరూపమున వెడలుచున్నది. (స్థిరనేత్రములతో దృష్టినిగిడ్చి) ఆహా! ఈప్రభాతమెంత రమణీయముగనున్నది.

సీ. చదలఁజీకటిచెల్ల । చెదరైనయంతన
నలుదిక్కులనుగ్రాలు । తెలివివలన,
సత్సంతతినశింప । సత్పథచ్యుతిఁబొంది
వెల్లఁబాఱినరాజు । విభ్రమమున,
నరుణరేఖలఁబ్రాచి । నల్లల్లనవెలుంగు
సంధ్యనుపేక్షించు । సంభ్రమమున,
నతిమందమైవీచు । నట్టిప్రాతఃకాల
వాతూలశీతల । స్పర్శనము.

గీ. మేదినీదేవి మెల్లగ । మేలుకొనఁగఁ
బక్షులొనరించు కలకల । ధ్వనులకలన

నుల్ల మానందవారిధి । నోలలాడి
యతులమోహంబు స్నేహంబు । నంకురించె॥

ఆశ్చర్యము ! నాయవస్థ తుదకిట్లు పరిణమించినది. చూడంజూడఁ గ్రమక్రమముగ నాహృదయము మోహమునకు లోనగుచున్నది—మనోవికారముదయించుచున్నది—ఔరా !

గీ. వజ్రఖని, ద్రవీభూతమై । ప్రసరించె,
గండశైలంబు చిగిరించె, । గగనవీధి
చూడసొంపుగఁబుష్పించె, । శూన్యమైన
కఠినమరుభూమిఁ బాఱె గం । గాస్రవంతి.

"రాజనీతి, రాజనీతి" యని దాంభికంబున సంచరించి, నేఁ జేసిన మహాకార్య మెట్టిది ?

గీ. శూద్రసహవాసముం జేసి । క్షుద్రమైన
రాజకార్యభారముఁబూని । రాజసమున
సంచరించితిఁ దొలఁగితి । సాత్వికంబు;
జాతిమాత్రుండ నత్యల్ప । చేతనుండ.

క్రోధాగ్ని చల్లాఱినది ఇది బ్రాహ్మణునకు నుచితముకాదు కానిమ్ము అయిన దేదో అయినది. తాపాగ్ని మితి మీఱినది ఈపరితాప మెట్లుజనించినది. జనించుటకుఁ గారణమేమి ? హృదయమునఁ గలబాధ యిట్టిదని నిరూపింప శక్యముగాకున్నది.—ఎంతలో నెట్టిస్థితికి వచ్చితిని——(నిట్టూర్పువిడిచి)ఆహా—బాగుగనేయున్నది. రాక్షసోన్మాదము నశించినది. మనోవికారపిశాచమావేశించినది.

సీ. అతిగభీరంబగుస్వాం । తాంబునిధివికా
రౌర్వానలజ్వాల । లాక్రమించి

దుర్గమం బగునాదు దుర్బుద్ధివనముఁ
దావాగ్నిహోత్రంబు తాండవించె
దయలేనినాదుహృ ద్దయకోటరమునఁ బ
శ్చాత్తాపవహ్నిప్ర జ్వలితమయ్యె
నాయాస మొందిన నాయంతరాత్మన
త్యాచారపాపాగ్ని యలముకొనియె

గీ. నకటనాకుమస్తిష్కంబు వికలమొంది
కరఁగికనులఁగన్నీరయి కారుచుండె
నెచటికేగుదుఁ బ్రోచువాఁ డెవఁడుగలఁడు ?
ఈమహాపరితాపమిం కెట్టులణఁగు.

అబ్బ! అబ్బ!.........ఉస్సు (నిట్టూర్పువిడిచి) చాణక్యా! ధృతిఁబూనుము (అని తెరవైపుఁజూచి) ఎవరోవచ్చుచున్నట్లున్నది .... ఎవరు వారు? (అంతఁ గాత్యాయనునితో రక్షకభటులు ప్రవేశించుదురు.)

చాణ—బంధుసత్తమా! రమ్ము.

కాత్యా—వ్యంగ్యసంభాషణముతో నేమి ప్రయోజనము. నేను నీకు బద్ధుఁడనైతిని. అన్యాయముగఁ బ్రవర్తించితి క్షమింపుము.

చాణ—భటులారా! ఆతని బంధ విముక్తునిజేయుఁడు.

(భటులట్లొనరింతురు.)

చాణ—ఇపుడు మన యిరువురకు భేదములేదు.

కాత్యా—నాకు నలుగడల శస్త్రసమేతులగు భటులుండగా భేదము లేకేమి ?

చాణ—(భటులఁజూచి) మీరిఁక పోవచ్చును.

(భటులు నిష్క్రమింతురు.)

చాణ—బంధూత్తమా! మనకిపుడు భేదమేమున్నది?

కాత్యా—లేకేమి? నీ యానతిచే నాజీవిత మంత మొందఁగల ను. మఱియు నీవే విశాల సామ్రాజ్యమునకు సర్వమయకర్తవు.

చాణ—అట్లనా? మంచిది. నీవీయధికారఖడ్గముఁ గైకొను ము. నావక్షమునఁ జొనిపి, నీమంత్రిత్వముఁ బరిష్కరించుకొనుము.

కాత్యా—చాణక్యా! నీయభిప్రాయమేమి?

చాణ—నేను సామ్రాజ్యమను మహారణ్యమును పరిష్కరించితిని. ఒకయమరక్షేత్రమును సర్వసంపన్నముగాఁ జేసితిని. ఇపుడీ విశాలసామ్రాజ్యమున భయసమన్వితమైన శాంతి యొప్పుచున్నది. బహిర్భాగమున భయభ్రాంతులయి శత్రువులు మెలంగుచున్నారు. అయినను పథికులు రాజమార్గమునఁ దమ సంపదలవిడిచి నిర్భయముగ నిద్రించుచున్నారు. ఈశాంతి, పర్వతమువలె స్థిరముగఁ గన్పట్టినను సజ్జీవమైయున్నది. ఇపుడు వ్యతిరిక్తము నేనేమియుఁ జేయఁజాలను. నీవే మంత్రిత్వమునకుఁ దగుదువు. నాయీమంత్రిత్వకార్యభారమును నీవు ధరింపుము. నేనీయుద్యోగముఁ ద్యజించెదను.

కాత్యా—నీవు కౌటిల్యుఁడవు. నీభావమెఱుంగ నసాధ్యము.

చాణ—ఈనాజన్నిదముల స్పృశించి, నిష్కపటముగాఁ బల్కుచున్నాను. నేనీముహూర్తముననే మంత్రిత్వముఁ ద్యజించుచున్నాను. నీవు మూర్ఖుఁడవగుదువుగాక. నీకు హృదయమున్నది. నీవు తగుదువు. నేనుతగను.

కాత్యా—ఓహో! బ్రాహ్మణప్రభుత్వము క్షమతాశిఖరము నధిష్ఠించినది.

చాణ—సర్వము మిధ్య. భ్రమ. హృదయము నుపవసింపఁ జేసి శాసింపరాదు. నాకఠోర శాసనముచే, క్షమ, స్వప్నప్రాసాదము వలె, నభ్రభేదియై, క్రమక్రమముగ గగనంబున లీనమయ్యెనని బోధ

మయ్యెను. నేను నివసించునది యిల్లుగాదు. మహారణ్యము. బ్రాహ్మణునిక్షేమగతించినను, మంత్రిబలమున, పునరుద్ధరింపవచ్చును. గతించిన బ్రాహ్మణ్యము నుద్ధరింపఁజాలము. శూద్రునినమ్మించి నాశింపవచ్చుఁగాని వానిహృదయమున, శుష్కించిన, భక్తిరసమును తిరుగఁ బ్రవహింపఁజేయఁజాలము. ఛీ! ఛీ! రాక్షసీ! కుటిలా! నన్నెచ్చటికిఁ గొంపోవుదువు. నేనేమి చేసితిని?

కాత్యా—ఏమిచేసితివి?

చాణ—కాత్యాయనా! బౌద్ధారణ్యముద్భవించినది. నేను రాఁబోవునది యెఱింగితిని.

కాత్యా—అది యేమి?

చాణ—ఈయఖండసామ్రాజ్యముపైఁ దిరుగ ప్రేతభైరవనృత్యము గాననగును. అనంతర మొకమహాశక్తి యావిర్భవించి యీసామ్రాజ్యశవమాంసపిండములను నూతనశక్తితో నుజ్జీవింపఁజేయును. ఆహాహా! భావికాలము. క్రమక్రమముగ భరతవర్షము నశించుచు. నశించును. అబ్బ-అబ్బ-నేసహింపఁజాలను. బ్రాహ్మణునకధఃపతనము-అధఃపతనము-కాత్యాయనా! నాయీమాంత్రిత్వము నీవు గైకొనుము.

కాత్యా—ఏమూల్యమునకు నీవీయుద్యోగము నాకువిక్రయించుచున్నావు?

చాణ—నీబంధుత్వమునకే.

కాత్యా—నీయభినయము బాగుగానున్నది.

చాణ—అభినయము కాదు బంధుసత్తమా! నన్ను విశ్వసింపుము. దీనుఁడను. నేను కౌటిల్యుఁడనగుదు. నేర్పరినౌదు. మఱియు విచక్షణుఁడనగుదు. వివిధజాతులవారు సహిత మట్లనుచున్నారు. ఈశ్వరుఁడనువాఁడు గలఁడేని, చాణక్యునిమహాసృష్టిని ముగ్ధదృష్టితోఁజూ

డఁజాలును. సర్వము నెఱవేర్చితివి. ప్రాణప్రతిష్ఠకుమాత్రము శక్తిహీనుఁడనైతిని. నాబుద్ధికి సంతసింపకుము. నాయీహృదయముఁజీల్చి పరీక్షింపుము. ఈహృదయ మేమని తలంచితివి? ఒక శుష్కమరుభూమి. దయలేదు. మోహములేదు. స్నేహములేదు. విశ్వాసములేదు. అట్టి యీహృదయమిట్లు నూతనరూపమునకుఁ బరిణమించుచున్నది. పరితాపమధికముగ బాధించుచున్నది--(అని ఱొమ్ము బాదుకొనును).

కాత్యా—ఏమాశ్చర్యము చాణక్యా! అధీరుఁడవైతివి. నీయుగ్రమ తేజము, నీయతులప్రతిభ, నీతీక్ష్ణబుద్ధి—

చాణ—బుద్ధి—బుద్ధి—బుద్ధి—వింటిని చెవులు చిల్లులుపోవుచున్నవి. ఎక్కడఁజూచిన నీమాటయే ప్రతిధ్వనించుచున్నది—అబ్బ !—చాణక్యున కెంతబుద్ధియున్నదని సమస్తప్రపంచము నిర్నిమేషవిస్మయమున నన్నుఁజూచుచున్నది. లోకభయముతో ధూమకేతువుఁజూచునట్లు నన్నుఁజూచును. చీ! చీ! ఇది మంచిది కాదు. అభిశాపము—అభిశాపము. ఈభయంకర కుటిలరాక్షసిఁ ద్యజించి శాంతించుట భావ్యము.

కాత్యా—చాణక్యా ! నీవింతవిరక్తిఁ బొందితివేమి?

చాణ—(కొంతదనుక మౌనము వహించి)... ...ఆహా! ఏమి యీప్రభాతము! భూదేవి వివాహకన్యకవలెఁ గన్పట్టుచున్నది. తన్ముఖమున సూర్యునిస్వర్ణకిరణములు పరమేశ్వరుని యాశీర్వాదములో యనఁదోఁచెను. ఈసృష్టివైచిత్ర్యమును, ద్వారస్థభిక్షుకునిఁబోలి నిదానించి చూచుచుండెద.

కాత్యా—చాణక్యా...చాణక్యా...

చాణ—(వినిపించుకొనకయే) ఆహా ! ఏమి యీప్రపంచసౌభాగ్యము. నేనెంతవాఁడను? నేనొకండనే హద్దులేని యీప్రపంచసౌందర్యరాజ్యమునుండి నిర్వాసితుఁడనైతిని. అమృతసమయమగు నీ

ప్రపంచము ననుభవింపఁజాలక, శూన్యహృదయుండనై యొక్కన బాధనొందుచున్నాను–తపోవన ప్రాంతమునఁగల పల్వలపంకమున దొర్లాడు సూకరముఁ బోలియున్నాను.

కాత్యా—ఆశ్చర్యము. ఈతని నీవిధముగ నెన్నఁడుఁ జూచి యుండలేదు.

చాణ—ఒకదినమునమాత్రము............

(దూరమున సంగీతము వినఁబడును.)

చాణ—ఎవరిదాసంగీతము...... ..ఊఁ...ఊ......ఒకదినము సంప్రాప్తించెను. ఆనాఁడు సంసారముత్సవ మందిరమని బోధమయ్యెను. సృష్టిసౌందర్య మనిర్వాచ్యముగఁ దోఁచెను. ఆనాఁడాకాశమింద్రధనుర్వర్ణములతో రంజితమైనట్లు గోచరించెను. పిమ్మట..

(సంగీతనినాదముసమీపించును).

చాణ—(బాగుగా వినుట నభినయించి) ఆఁ..ఆఁ..ఆస్వరమే. అవును. అవును. ఆస్వరమే. కాత్యాయనా! బంధూత్తమా! పిలుచుకొనిరమ్ము.

కాత్యా—ఎవరిని ?

చాణ—ఆభిక్షుకుని... వానిబాలికను.

కాత్యా—వానితో నీకేమిపనియున్నది ?

చాణ—(బ్రతిమాలుచు) అన్నా ! దయయుంచిపొమ్ము.

(కాత్యాయనుఁడు నిష్క్రమించును).

చాణ—కారణమేమైయుండును ? ఈబాలికఁ జూచినంతనే నా హృదయము వికారముఁబొంద హేతువేమైయుండును ? (చెమటఁదుడుచుకొనుచు) అబ్బ ! అబ్బ ! ఏమీయాతాపము. (అంతఁ బాడుచు, భిక్షుకుఁడు బాలికయు, కాత్యాయనుఁడు ప్రవేశించుదురు.)

చాణ——ఆనందము. బ్రహ్మానందము. పాడుము. బాగుగా పాడుము.

భిక్షు—బాలిక—(పాడుదురు.)......

కాత్యా——ఇట్టి దార్శనిక భిక్షుకుని నేనెన్నఁడుఁ జూచియుండను. "తత్పురుషః, సమానాధికరణపదః, కర్మధారయః" అని చెప్పినట్లున్నది. అర్థమేమనఁగా—ఆపురుషుఁడొక్కఁడే ప్రకృతిచే సమగుణాన్వితుఁడైన యెడల,—అనఁగా—జీవభావమున జన్మముగ్రహించినట్లయిన కర్మమును భరించి, కార్యములఁబట్టి కర్మఫలము ననుభవించును"—— ఓహో! భిక్షుకా! నీవు నిశ్చయముగఁ బాణినీయముఁ బఠించియుందువు.

భిక్షు——లేదు బాబూ!

కాత్యా——నీగానమునందంతటఁ బాణినీయమే చూపట్టుచున్నది. ఈపాట యెచ్చోట నేర్చితివి?

భిక్షు——ఒక బ్రాహ్మణుని యొద్ద..

కాత్యా——అయియుండును. అందుననే..

చాణ——(బాలికఁజూచి) తల్లీ! యిటురమ్ము.

(బాలిక పరుగిడి చాణక్యుని సమీపించును.)

చాణ——(ఆమెశిరము దువ్వుచు) అవును. అవును. (తనలో) చూడఁగా నదియే ముఖము. ఆకన్నులే. (ప్రకాశ) భిక్షుకా! నిన్ను నేను ప్రశ్నింపవలసియున్నది. ఈమె నీకుమార్తెయేనా? నిజముఁ జెప్పుము.

భిక్షు——మఱియెవరిదై యుండును?

చాణ——నిజముఁ జెప్పుము. నీకు విశేషధనమిచ్చెదను.

భిక్షు——అట్లయిన—తండ్రీ! నాకుమార్తె గాదు. మార్గమున లభించినది. చిన్ననాఁటినుండి పెంచుకొనుచున్నాను.

చాణ—(ఆతురతతో) ఎచ్చట? ఎచ్చట?

భిక్షు—భగవంతుఁడు ప్రసాదించినాఁడు. ఈగుడ్డివాని కెట్టి పుణ్యముననో యీతల్లి లభించినది. తండ్రీ! చెప్పవేమి? ఒకప్పుడు దొంగనైజీవించితిని. ఆపాపమున నంధుఁడనైతిని.

చాణ—(మిక్కిలి యాతురతతో) ఆఁ......ఆఁ......ఒకప్పుడు దొంగవా? ఇప్పుడావృత్తిఁ ద్యజించితి వేల?

భిక్షు—త్యజింపక తప్పునా? ఈచంద్రగుప్తుని రాజ్యములో చోరులకు నిలువనీడ లేదు.

చాణ—నీకీబాలిక యెచ్చట లభించినది? నిజముఁ జెప్పుము.

భిక్షు—అవంతీపురమున.

చాణ—(ఉత్తేజితుఁడై) ఆఁ...ఆఁ......అవంతీపురమునా? ఏస్థలమున?

భిక్షు—మార్గమున—

చాణ—కాదు, కాదు. ఒకబ్రాహ్మణుని గృహమున దొంగిలించితివి. నిజము బలుకుము. నీకు భయమేమియు లేదు.

భిక్షు—నేనేమియు నెఱుఁగఁ దండ్రీ!

చాణ—నిన్నుఁ జంపించెదను. నిజముఁ జెప్పుము. దొంగిలించితివి.

భిక్షు—అవును తండ్రీ!

చాణ—నదీసమీపమునఁగల గృహమున......

భిక్షు—అవును.

చాణ—(వక్షముపైఁ జేయివైచి) హా హృదయమా! ఉద్వేగ మొందకుము. అపుడీమె ప్రాయమెంత?

భిక్షు—మూఁడు లేక నాల్గువత్సరములుండును.

చాణ — పేరెఱుంగుదువా ?

భిక్షు — ఆత్రిరి,

చాణ — ఆత్రేయి. వింటివా కాత్యాయనా? ఆత్రేయి... ఆత్రేయి... ఈమెతండ్రిపేరేమి ?

భిక్షు — చాణక్యుఁడు.

చాణ — (త్రుళ్ళిపడిలేచి) అబ్బ! దొంగా! లేదు. లేదు. నిన్నుఁ జంపను నీకేమియు భయము లేదు. కాత్యాయనా!...నీతోఁ బని లేదు. (తెర వైపుఁ జూచి) ఎవఁడురా యచ్చట ?

భటుఁడు — (ప్రవేశించి) ఆజ్ఞ.

చాణ — పో. పో. నీతోఁ బని లేదు...భిక్షుకా! నేనే యా బ్రాహ్మణుఁడను. ఈబాలిక నాకుమార్తె.

(భటుఁడు నిష్క్రమించును)

భిక్షు — ఈ బాలికఁ గైకొనెదరా? తండ్రీ! నేనీమెవలన నింత యన్నముఁ దిని బ్రదుకుచున్నాను. ముసలివాఁడను. గ్రుడ్డివాఁడను. నే నెచ్చటికిఁ బోఁగలను ?

చాణ — నీకుఁ గావలసినయంత ధన మొసంగెదను. నన్ను విరాగిఁ జేసితివి. తిరుగ సార్వభౌమునిఁ జేసితివి. నన్ను నరకకూపమునఁ బడవైచి, స్వర్గమునకు నెత్తితివి. అవును. అవును. ఇదియానందమా, దుఃఖమా ? జీవించియున్నానా? నేనెవండను. (అని నవ్వుచుండును).

కాత్యా — చాణక్యా! చాణక్యా!

చాణ — కాత్యాయనా! నీవు నానాడిఁ జూడఁగలవా? చూడుము. (అని చేయిచ్చి) నేను బ్రతికియున్నానా? ఇది యిహలోకమా? పరలోకమా ? ...ఇది స్వప్నమా ?...సత్యమా? ...ఇది ప్రపంచమా? అంధకారవనసమూహమా? ఇది సృష్టిసంగీతమా?...ప్రళయకల్లోల

మా? హా! నాకుమార్తె! ప్రతిద్వారమున కేగి భిక్షయాచించుచా? ఛీ! ఛీ! కాత్యాయనా! కాత్యాయనా! (అని యేడ్చును.)

కాత్యా—చాణక్యా! ఇదియేమి?

చాణ—అట్లుకాదు. ఇట్లు సంభవించియుండదు. ఇదియొక మిష. ఆఁ తెలిసినది. కాత్యాయనా! చూడగా—ఈ కార్యము—నీ—కాదు. కాదు. (అని బాలికఁజూచి) ఆముఖమే. ఆ నేత్రద్వయమే. ఆ తే్రయీ! నాతల్లి! ఇంతవఱకు సంతానము మఱచితిని. అమ్మా! (అని ముద్దిడి) ప్రపంచమంతయు నానందమయము—దుఃఖమయము. కాత్యాయనా! కాత్యాయనా! నాశరీరమవశమగుచున్నది. స్వర్గము నరకమేకీభవించినట్లు సంతోషపరితాప మేకీభవించినది. అబ్బ! అబ్బ!

ఉ. భరియింపందరమా నె? నామహృదయ ప్రద్యోతతాపాగ్ని; నీ
జ్వరమేరీతిగ నంతరించు? నిదిపశ్చాత్తాపమో? పాపమో?
యెఱుఁగన్; బుద్ధిదహించుచున్నదకటా యెక్కాలమిట్లుండునే?
అరివర్గమహాగ్నికీలలను శాంతాంభోధి జల్లార్చెదన్.

(అని చాణక్యుఁడునిష్క్రమింప నెల్లరు నిష్క్రమించుదురు)

తృతీయదృశ్యము స్థానము:—మలయరాజప్రాసాదము

కాలము:ప్రభాతము.(మలయరాజకర్మచారియు, మగధ రాజదూతయుఁ బ్రవేశించుచున్నారు.

కర్మచారి—మామలయరాజ్యము భారతసామ్రాజ్యమునం దంతర్భూతమై స్వాధీనమైయున్నది. సార్వభౌముఁడైనను దీనిని విశేషముగ శాసించి చేజిక్కించుకొనలేదు.

దూత—మీరాజ్యమునకు శాసనకర్త మీ రాజపుత్రుఁడే గదా?

కర్మచా—అవును. రాజకుమారి తనభ్రాతృమరణానంతరము శాసనభారమువహించెను.

దూత—వివాహము కాలేదా?

కర్మచా—లేదు.

దూత—వివాహముఁ జేసికొనునా?

కర్మచా.—నేనెఱుఁగను. ఆమె నిర్జనస్థలమున నొకర్తుకయే విహరించుచుండును. రాజకార్యములయందుఁ దక్క తదితరవిషయములయందెవరితో మాటలాడదు.

దూత—సార్వభౌమునకుఁగూడ నిదియే యవస్థ. ఇపుడు వారి వివాహముకానున్నది.

కర్మ—(తెరపైపుఁజూచి) ఆశ్చర్యము. మహారాజ్ఞవచ్చుచున్నది. (అంతఛాయప్రవేశించ నుభయులు భయసంభ్రమములతోఁ దొలగించి నమస్కరించి నిల్చియుందురు.)

దూత—రాజ్ఞికి జయమగుఁగాక.

ఛాయ—విశేషమేమి?

దూత—నేను మగధనుండి శుభపత్రముఁ గైకొని వచ్చిన దూతను. (అని పత్రమునొసంగును.)

ఛాయ—(కంపితహస్తముతోఁ బత్రముఁ గైకొనిచదివి, దూరముగఁ బడవైచి) ఆసామ్రాజ్ఞియెవరు? ఊఁ...ఎవరైననేమి? (కొంతదనుకఁ జింతించి) లేదు......నేఁబోయి తిలకించెదంగాక. (కర్మచారిఁజూచి) భాండారమునఁగల మహార్ఘరత్నముల నెల్లఁ గూర్చి మనోహరకంఠహారమును శీఘ్రముగఁ జేయింపుము.

కర్మచారి—ఆజ్ఞ.

ఛాయ—మఱియు మా మగధయాత్రకు సర్వము సిద్ధముజేయుము.

కర్మచారి—ఆజ్ఞ.

ఛాయ—ఈరాజదూతను విశ్రామగృహంబునకుం గొంపోయి సత్కరింపుము. నీవిక పొమ్ము.

కర్మచారి—మహాప్రసాదము.

(దూతతోఁ గర్మచారి నిష్క్రమించును.)

ఛాయ—(తిరుగ పత్రము నెత్తి విప్పి, మాటిమాటికి ముద్దిడి) హా! నాజీవనానందమా! నాసర్వస్వమా! నన్నువిడనాడి మఱియొకర్తుకఁ గాంక్షించితివా? లేదు... లేదు......నిన్ను నేనే స్వహస్తములతో గ్రీకు రాజకన్యకకు సమర్పించితిని......అట్లయినహృదయము సహింపదేల? హృదయము వ్రక్కలగుచున్నదేల? ఆహా! చూడఁజూడఁ బృథివి శూన్యమగుచున్నదే? చంద్రగుప్తా! చంద్రగుప్తా! కాదు. కాదు. ఛాయా! నీవు రాజ్ఞివి. దృఢచిత్తురాలవుగమ్ము. నిర్మమకారముతో నీప్రవృత్తిని నిరోధింపుము. నీధైర్యమునకు, నీహృదయమునకు లోహావరణమగుఁగాక. ఛాయా! ఛాయా! తప్తబాష్పముల రానీయకుము. మనసా! అసూయఁ బొందకుము. దుఃఖమెందుకు? ఓర్వఁజాలవా? ప్రేమనణంచుకొమ్ము. అతఁడు సుఖించుఁగాక. ప్రియతమా! నీవు సుఖించెదవుగాక. అదియే నాజీవనమునకు సార్థకమౌఁగాక.

(అని నిష్క్రమించును.)

చతుర్థదృశ్యము సెల్యూకసుశిబిరము కాలము ప్రభాతము

(సెల్యూకసు ప్రవేశించును.)

సెల్యూ—చంద్రగుప్తుని హెలేన వివాహమాడునా? ఈనగరమున, నీవివాహమహోత్సవ కోలాహలము గ్రీకులకుసిగ్గులేదని చాటుచున్నది. హెలేన యింతవఱకు రాకుండుటకు హేతువేమి? ఇ

మ్మహోత్సవమునకు మైమఱచినది. ఇప్పుడీ ముసలితండ్రిం దలంచునా? ఎదురుగనున్నం జూచి ముద్దులంగులుకును. వెనుకకుం దిరిగిన నేనెవండనో? పుత్త్రినకు విద్యచెప్పించినయనంతరము, కుమార్తెకు వివాహముఁజేసిపిమ్మట, తండ్రి యే సుఖముం గోరి జీవించునో యెఱుంగరాదు. తల్లిదండ్రుల యగాధస్నేహమునకు—ప్రతిదానము లేదు. (తెరవైపుజూచి) హెలేన వచ్చుచున్నట్లున్నది.

(హెలేన ప్రవేశించును.)

సెల్యూ—హెలేనా! నీకొఱకే యిచ్చట నిరీక్షించుచున్నాను.

హెలే—నిన్ను స్వయముగ రాజసభకుఁ గొంపోవుటకు వచ్చితిని. రావలయుఁదండ్రి.

సెల్యూ—నేను రాంజాలను. వారు నిన్ను బంపిరా?

హెలే—నిన్ను స్వయముగఁ గొంపోవుటకు నేనే వచ్చితిని

సెల్యూ—అట్లనా? మంచిది. నేను రాను.

హెలే—హేతువేమియు లేకుండ రాననిన ధర్మమా? ఇంతకు నీకుమార్తెవివాహమునకు నీవు రాకున్న నెట్లగును?

సెల్యూ—లేదు తల్లీ! నేనీస్థలమునుండియే పలుకుదును.

హెలే—అట్లనా? ఎఱుంగుదు. మరలుటయు నుండుటయు మీచిత్తముపై నున్నది. నేను నిన్ను బలాత్కరింపంజాలంగదా?

సెల్యూ—హెలేనా! ఇంక తండ్రిపై నీకనురాగముండరాదు.

హెలే—నీపైఁ గాక మఱియెవనిపైనుండును! పోనిమ్ము! నీ యిష్టము! దయయుంచుము; పోయివచ్చెద.

సెల్యూ—ఇంతశీఘ్రముగానే! ముహూర్తకాలము పర్యంతము విళయముసహింపరాదా? ఆహా! తండ్రియెంతటి మూఢుండు! ఇంతస్నేహముతో, నింతయత్నముతో, నింతయాదరముతోఁ బెరిగిననీకుమార్తె నిన్ను విడచిపోవుచున్నది. నీకింక గత్యంతరము లేదు.

హా! హెలేనా! నాతల్లీ! నినుఁ గన్నతండ్రిని. మఱియు—మఱియు నీవు పుట్టిననాఁడె తల్లిలేనిబిడ్డవని ముద్దారఁ బెంచితిని.

(కన్నీరు విడుచును.)

హెలే.—తండ్రీ! క్షమింపుము. పాపాత్మురాలను. నీనేత్రములు బాష్పపూరితములై యుండఁ జూడఁజాలను. ఇదియే, నాతుది చూపని భావించితివా? తండ్రీ!

(అని మోకరించును.)

సెల్యూ.—(హెలేనను లేవనెత్తి) తల్లీ! నీయపరాధ మేమియు లేదు. అపరాధము నాయందున్నది. నీజనకుని యపారదుఃఖవేదన నీవే మెఱుంగుదువు. కని, పెంచి, పెద్దఁజేసిన, కుమార్తెను దూరదేశమున విడిచిపోవు జనకుని దుఃఖము నీవే మెఱుంగుదువు. తల్లీ! పుత్రికాపుత్రులు, తండ్రి నొక్కమారయినఁ జూడ నభిలషింపరు. ఈయపరాధ మెవరిపై నారోపింపఁగలను? స్వభావసిద్ధముగ నన్ను నియమము, ఇల్లెఱింగియు నగాధస్నేహమోహాములకు లోనై యధిక దుఃఖమును బొందుచున్నాను.

హెలే.—వియోగదుఃఖ మొకతండ్రికే యుండునా? ఇట్టిసమయమునఁ గుమార్తెహృదయ మెట్లుండునో యూహింపవలదా? తండ్రి ప్రేమించుటయుఁ గుమారి ప్రేమింపకుండుటయు నుండునా? వియోగదుఃఖభయములను సమానమేగదా?

సెల్యూ.—(దుఃఖించుచు) తల్లీ! నీవు నన్నుఁ బ్రేమింతువా?

హెలే.—తండ్రీ! ప్రేమ స్త్రీరూపమున మూర్తిభవించునని యెఱుంగుము. స్త్రీజీవనము ప్రేమభూయిష్ఠమైనది. స్త్రీకిఁగల సంపద యెట్టిది? ఆదిఁ దల్లిదండ్రులు. అనంతరము భర్త, ఆపిమ్మట సంతతి. ఇట్లే క్షుద్రసంసారము పూర్ణమైయుండును. ఈసంతతియందే యాముదానికి నవలంబనము, నానందము, నైశ్వర్యముఁగనఁబడుఁగాని మరి

వేఱెదిక్కు గనఁబడదు. పురుషుఁడు స్వర్గస్థుఁడైనంత స్త్రీ యేకాకినియై గృహమున తన బిడ్డలఁ గాపాడుకొనుచుండును. స్త్రీవలనఁ గలుగు స్నేహము—ఆలస్యము—అవసరము, పురుషునకుఁ బ్రమోదము, ప్రహ్లాదము—చిత్తవినోదముఁ గలిగించును. అన్ని వేళలందు, నన్ని తలంపులందు, నన్ని కార్యములందు, వేయేల! జీవితమంతటను, స్త్రీస్నేహ మత్యవసరము. జీవులకీ స్నేహముచేతనే, జన్మము, నివాసము, మృత్యువు సంభవించుచున్నది స్వర్గమనఁదగు యీస్నేహమునకుఁ బరమావధి. ఆహారము, విహారము, శయనము, నిద్ర, స్వప్నము, వేయేల, సర్వము స్నేహమయము.

సెల్యూక—తల్లీ! నిజము, నిజము.

హెలే—తండ్రీ! నీయెడఁగల స్నేహముఁ బట్టియే యీనాఁటి గోనసును నిరాకరించితిని. నేఁడీ నగరమంతట వినంబడు మహోత్సవ కోలాహలము నాచెవులఁ గార్తనాదమువలెనున్నదని యెఱుంగుము. ఎల్లరు నవ్వుచున్నారు. సంతోషమున నీఁదులాడుచున్నారు. మహోత్సవమునఁ మునిఁగి మునుమఱచియున్నారు. నాహృదయ మెట్లుండవలెనో యట్లున్నది. ఒకవిధమైన వియోగవిలయాగ్నిహోత్రము ప్రజ్వలించుచున్నది.

సెల్యూక—హేతువేమి? నీవు చంద్రగుప్తుని ప్రేమింపవా?

హెలే—నీవెఱుంగవా? తండ్రీ! చెప్పవలెనా? ఇది వివాహముగాదు. మృత్యువు. నన్ను నేను బలియిచ్చుకొనుచున్నాను.

సెల్యూక—బలియెందుకు?

హెలే—మానవుల హితముగోరి స్వయముగ బలియగుచున్నాను. సెల్యూకసు చంద్రగుప్తుల విద్వేషవహ్నిఁ జల్లార్చుటకు, మఱియు, యుద్ధాభిలాషులగు నీయిరుతెగలవారికి స్నేహముఁ గూర్చుటకీవివాహము దైవికముగ సంభవించెడు.

సెల్యూ—హెలేనా! నీవీ కార్యమున కేల పూనుకొంటివి? ఈ వివాహము, నాహృదయమర్మస్థానమును శూలముతోఁ గుచ్చినట్లున్నది. కాని యీవివాహము నీసుఖమునకైన నంగీకరింప వలసివచ్చినది. ఈవివాహమువలన నీవు సుఖించుచున్న, నీయానందముఁజూచి, దుఃఖము మఱచి హాయిగ నుండఁగలను.

హెలే—తండ్రీ! లోకహితమభిలషించి యాతని వరించితిఁగాని యాత్మసుఖమునకై వరింపలేదని యెఱుంగుము. ఈవివాహకారణమున నొక భయంకర ప్రళయమణఁగినది. ఈవివాహముచే, నార్యజాతులు రెండుఁ బరస్పరమాలింగనముఁ జేసుకొనుచున్నవి. ఈవివాహము మాయిరువురకుఁ గాదు; కర్మమోక్షములకు, చింతాకల్పనలకు, జరిగినదని యూహింపుము. ఈరెండుసభ్యజాతులకు, విద్వేషవహ్ని, యుదకప్రపాతరూపమున నున్నయీవివాహముచేఁ జల్లారి సంబంధబాంధవ్యముల గలిగి యేకీభవించుచున్నవి. ఇంతగొప్ప వివాహము పూర్వమెప్పుడైన జరిగియుండెనా ?

సెల్యూ—నిజమే. జరగియుండదుగాని—

హెలే—తండ్రీ! బాగుగా పరిశీలింపుము. మన "ప్లేటో" వారి కపిల మహర్షియు నొకరితో నొకరు గాన మొనర్చినట్లు, "సోలాన్" వారిమనువు పరస్పరము కంఠాలింగన మొనర్చుకొనినట్లు హోమరు మృదంగధ్వనులకు, వాల్మీకి మహర్షి వీణ మ్రోగుచున్నట్లు, హెరోడోటసు, వ్యాసుఁడు, సోక్రిటిసు, బుద్ధుఁడు; ఎకిలిసు, భీష్ముఁడు; మిత్రులైనట్లు మావివాహమువలన లోక మెఱుంగదా ? అది యానందదాయకముగాదా? ఈవివాహమునందు, పూర్వపశ్చిమములు, సముద్రగగనంబులు, స్వర్గమర్త్యములు, నిహలోక పరలోకములు, లీనములగుచున్నవి. తండ్రీ! మఱి నేనేమియు వచింపఁజాలను. నీయిష్టము.

సెల్యూ—హెలేనా! అట్లనెద వేమి ?

హెలే—(కొంతదనుక నిశ్చేష్టయై యస్ఫుటస్వరముతో) ఏమియు లేదు. ఆశీర్వదింపుము.

సెల్యూ—అమ్మా! సుఖింపుము. ఏడ్చుచుంటివా ?

హెలే—లేదు. కర్తవ్యము నన్ను బలాత్కరించుచున్నది. నేఁ బోయివచ్చెద. (మోకరించి తండ్రి పాదధూళి, శిరమునధరించి) జీవనమున్నంతవఱకు నీయీచరణ స్పర్శస్మృతి నన్నుఁ గాపాడుఁగాక. తండ్రీ! నమస్కారము. ఓజగదీశా! నీకు నేనొసంగుచున్న బలి గ్రహింపుము.

(అని శీఘ్రముగ నిష్క్రమించును.)

సెల్యూ—హెలేనా! హెలేనా! ....(అని తెరవైపుఁ జూచును.) ఇదియొక యపూర్వము. స్వర్గీయము. ఇంతగొప్పబలి పూర్వ మెన్నఁడు జగతిలో సంభవించి యుండదు. .... బాగుగనే యున్నది. పోవుదునా నాదేశమునకు? .... ఎందుకు? ఎవరున్నారచ్చట? .... అంతయు నంధకారమయము. మార్గము గానరాకున్నది. తల్లీ! నన్నంధునిఁ జేసి యెచ్చటికేగితివి? ఇఁక నాకేమిదిక్కు? హా! ఘోరము. మహాఘోరము.(అంత, ఆంటిగోనసు ప్రవేశించి) ఇది యెంత ఘోరము. వెలుఁగని నీఘోరమేమున్నది. నీవు చేయని ఘోరమేమున్నది. రహస్యముగ వివాహమాడి సహధర్మచారిణి యని యంగీకరించి, సంతానము గలిగినతోడనే యామెనుత్యజించి, యాపుట్టినవానిని, జారజుఁడని దూషించుట కంటె నిది యధికఘోరమా? సర్వము నీకెఱింగించి నాహృదయపరితాప మణఁచుకొనుటకై వచ్చితిని.

సెల్యూ—ఎవఁడవు నీవు?

ఆంటిగో—నేనెవఁడనా? ఎఱుఁగవా? జారజుఁడను.

సెల్యూ—(ఆశ్చర్యముతో) ఆంటిగోనస్ !

ఆంటి—ఆశ్చర్య మొందుచుంటివా సార్వభౌమా !

సెల్యూ—నాపరాజయమునకుఁ బరిహాసముఁ జేయ వచ్చితివా? బాగుగానున్నది.

ఆంటి—సార్వభౌమా! అట్లు తలంపవలదు.

సెల్యూ—అట్లయిన ?

ఆంటి—నాజనకుని సమాచార మెఱింగివచ్చితిని.

సెల్యూ—ప్రయోజనము లేదు.

ఆంటి—ప్రయోజనము లేకేమి? ప్రయోజనముండుటఁబట్టియే గ్రీకుదేశమునకు స్త్రుఁవలెఁ, బరుగిడి, తల్లివలన సర్వ మెఱింగి, హృదయపరితాప మించుక యణచుకొని, తిరుగ భరతఖండమునకు నేతెంచితిని.

సెల్యూ—సరియే. బాగుగ నేయున్నదిగాని—వింటివా? నేఁడు హెలేన చంద్రగుప్తుని పట్టమహిషియైనది.

ఆంటి—అవును. ఎఱుంగుదును. రాజసభకుఁబోయి రాజదంపతుల నాశీర్వదించెదను.

సెల్యూ—వ్యంగ్యమా.

ఆంటి—కాను. కాదు. నిశ్చయము. హెలేన నాకు సోదరియగును.

సెల్యూ—నీవాక్యముల యర్థము తెలియకున్నది.

ఆంటి—ఎట్లు తెలియును. (అని సెల్యూకసుఁ దేఱి చూచును.)

సెల్యూ—అట్లు నిదానించి చూచుటేమి? ఎవఁడవునీవు.

ఆంటి—నేనెవఁడనా? నీవనినట్లు జారజుఁడఁగాను. నాతండ్రి నాతల్లిని ధర్మశాస్త్ర పద్ధతిని వివాహమాడఁగా జన్మించిన వాఁడను. పాపము నేనెవండనో యెఱుంగవా?

సెల్యూ—(కంపితస్వరమున) నీతండ్రి యెవఁడు?

ఆంటీ—ఎవఁడా నాతండ్రి? చెప్పుటకు లజ్జించుచున్నాను—(కంపితస్వరమున) ఎవఁడా నా తండ్రి యెవఁడు? పత్నీపరిత్యాగియగు సెల్యూకసు. (అని శీఘ్రముగ నిష్క్రమించును.)

సెల్యూ—(ఉస్సురని నిట్టూర్పు విడిచి, కన్నీరు కారుచుండ, మెల్ల మెల్లగ నడచుచు) వార్ధక్యమునకు సౌఖ్యముండదు.

(అని నిష్క్రమించును.)

పంచమదృశ్యము (స్థానము:—మగధదేశమున సభాభవనము. కాలము:—రాత్రి. హెలేయుఁ జంద్రగుప్తుఁడు సింహాసనారూఢుఁడై యుండె. కాత్యాయనుఁడును వారితోఁ జాణక్యుఁడును ప్రవేశింతురు.

చాణ—మహారాజా! నీవు స్వకీయ బాహుబలమున; హిందూకూషు పర్వతమునుండి కన్యాకుమారి పర్యంతము విశాల సామ్రాజ్యము స్థాపించితివి. గ్రీకుసార్వభౌముని జయించితివి. ధన్యుఁడవు. నే ధన్యుఁడను.

చంద్ర—గురుదేవా! సర్వము మీవలనఁగదా లభించినది.

చాణ—వత్సా! నాకార్యము నెఱవేరినది. శేఁబోయువచ్చెద.

సీ. శత్రుకాంతాముఖ । చంద్రమండలముల
మలినమాశోకధూ । మమునఁగప్పి
శాత్రవక్షితులపై । మాయోనయపవ
హ్యాతమోహాభస్మమై । లైడలజల్లి
ఘోరభయభ్రాంత । పౌరద్విజరహిత
నందనంశము నాశ । నంబుఁజేసి
ఆహాహాహస్త । యవనమృగంబుల
నెఱపించివడిపఱ్ఱా । వింపఁజేసి

గీ. కోపకీలాకలాపప్ర తాపమునను
పుడమి తడఁబడ గడగడ వడఁకఁజేసి
శేషమేమియు లేకున్కి రోషముడిగి
నాదు క్రోధాగ్ని చల్లాఱె నరవరేణ్య.

ఇచ్చట నే నుండి చేయవలసిన కార్యమేమియు లేదు. దయయుంచుము

చంద్ర—గురుదేవా! నాయం దపరాధమున్నదనియా నన్నుఁ బాయుచున్నారు?

చాణ—వత్సా! నీయందెట్టి యపరాధము లేదు. నేఁజేసిన కార్య మత్యద్భుతమైనను బ్రాహ్మణునకుఁ దగినది. దర్పము, క్రోధము, ప్రతిహింస, మొదలగు నివి బ్రాహ్మణుని యుచిత ప్రవృత్తుల లోఁ జేరవు. క్షమ, తితిక్ష, త్యాగము మొదలగునవి బ్రాహ్మణధర్మములు. నాక్రోధోన్మాద మణంగినది. జ్ఞాననేత్రమించుక వికసించుచున్నది. నే వెడలెదఁగాక. నిన్నాశ్రయించిన యీసామ్రాజ్యమును, మంత్రికాత్యాయనుని తోడ్పాటునఁ బరిపాలింపుము.

కాత్యా—మఱినీవు—

చాణ—నాకీరాజకార్యములతోఁ బనిలేదు. నాతల్లి నాకు లభించినది—ఈమోహబలంబునకు నాహృదయపాషాణము కరఁగి ద్రవించుచున్నది. శుష్కతరువు చిగిర్చినది. మరుభూమి సుధాసముద్రముచేఁ దరంగితమైనది. మీకు శుభమగుఁగాక. దయఁగలిగియుండుఁడు.

హేలే—చంద్ర—(సింహాసనముండి దిగి నమస్కరింతురు)

చాణ—శుభమగుఁగాక ...(ఆత్రేయితో నిష్క్రమించును.)

చంద్ర—ఆశ్చర్యముగ నున్నది. ... నేఁడేమియు నుత్సాహము లేదు. గురుదేవుఁడు వెడలుటఁబట్టియు, బంధూత్తముండగు చంద్రకేతువు మరణించుటఁబట్టియు జయజయధ్వని రోదనధ్వనివలెఁ దోఁచుచున్నది.

హెలే—ఆతనికోపము నావలనఁ బూర్తిగాకుండునా?

చంద్రి—నాకన్నివిధముల నుపకారమొనర్చి, తనసర్వస్వము నాకై వినియోగించి, నిష్కారణకోపము సహించి, తుదకు నాకిని[illegible]ము ప్రాణములర్పించెను. వాని నేనెట్లు మఱవఁగలను? (అంత ఆంటిగోనసు ప్రవేశించి) హెలేనా!

హెలే—(చమకితయై) ఓహో! ఆంటిగోనస్!

ఆంటి—సోదరీ! నేను గ్రీసుదేశమునుండి నీవివాహమునకుఁ గానుకఁ గొనివచ్చితిని. భ్రాతృస్నేహోత్పాదము, ఇది గ్రహింపుము. సార్వభౌమా! చంద్రగుప్తమహారాజా! కానుకగ నేనొసంగు [illegible] హాద్రుక్షముక్తిబద్ధమగు ఖడ్గముఁ గొని వినియోగింపుము. (అని చంద్రగుప్తుని పదసమీపమునఁ బడవేయును.)

చంద్రి—సైనికా! నీవెవఁడవు.

ఆంటి—పోల్చుకొనలేదా! ఎవనిఖడ్గఘాతముచే నాఖడ్గము కరచ్యుతమైనదో. యెవనివలన పితృహత్యాపాతకము తప్పినదో, అట్టి వానిని నేనుమాత్రము మఱవను.

చంద్రి—నిన్ను పితృహత్యాపాతకమునుండి రక్షించితినా? నీ తండ్రియెవఁడు?

ఆంటి—గ్రీకుసార్వభౌముఁడగు సెల్యూకసు.

హెలే— తుళ్లిపడి) ఆఁ...ఆఁ...ఏమనుచున్నావు?

ఆంటి—అవును హెలేనా! నేను నీసోదరుఁడను నీవు నాప్రేమ నిరాకరించితివి. మంచిపనిచేసితివి.

హెలే—ఆంటిగోనస్! నీవు నాయన్నవా? నిజమా?

ఆంటి—అవును సోదరీ!

హెలే—అన్నా! నాహృదయమునుండి మహాపర్వతభారము దొలంగించితివి. క్షమింపుము. (అని యాతని పాదములఁబడును.)

ఆంటి—(లేవనెత్తి) సార్వభౌమా! నీహీరత్నము నుద్ధరింపుము. ఇట్టిరత్నము మఱిలభింపనేరదు. అనిర్వర్ణనీయ సౌందర్యమునుగల యీమె బాహ్యమునకప్సరసయై, యంతరంగమునకు [illegible]—దీనిని [illegible] నీహృదయాంతఃకిరణమున కీమె సౌందర్యము తృణప్రాయముగా నేరదు. నేఁ బోయి వచ్చెద. రాజదంపతులను శుభమగుఁగాక.

(అని నిష్క్రమించును.)

(అంతఛాయ నపరిత్యాగమునకో ప్రవేశించి, దూరమునుండి హేలేనను చంద్రగుప్తుఁ వీక్షించి,) ఓహో! ఏమి సౌభాగ్య [illegible]మా! దుఃఖాపదము. అబ్బ... అబ్బ... అసూయాగ్ని ప్రభావము శరీరమంతయు దగ్ధమగుచున్నది— (హృదయమును ద్దేశించి)

మ. అనసూయన్ వహియించి యోర్వఁగనుమా! కేయూరకంపితాంగి [illegible]న్
వసటన్ జెందగనేల? తాల్మివలదే? పాదాబ్జముల్ ద్రొక్కి చెన్
కనుదోయిన్ని తిమిరాక్షి పొంగిపొరలెన్ గన్నీరు ధారాస్రులుగా
మనమా! యీర్ష్య వహింపఁబోలదు సుమా, మన్నించి శాంతింపుమా

(అని రెండడుగులు వైచి) సహింపఁదరమగునా! అయ్యో స్వభావసిద్ధముగదా? విరక్తిఁ జెందవలసిన సమయమిది. ఆహా...

మ. వనభూభాగములన్ధరాధరములన్ వ్యాఘ్రాదిసత్త్వోత్కరం
బనజీవించు నుండు భూజనులపై నాధిక్యమున్ గల్గియుం
డిఁ మాతృంబున నిన్నుఁ బొనలచునే నీకేలయీభ్రాంతి? యో
మనమా! యీర్ష్య వహింపఁబోలదుసుమా మన్నించి శాంతింపుమా

మ. కనకాంగిన్ కలకంఠకంఠి నిఁక నెన్ గాంక్షించి మోహించె నిన్
గనెనో నీవాక రాచకన్నె ననిశిన్ గామించి ప్రేమించెనో
నిను బెండ్లాడునె? యింతివంతదగునే నీకేల యీశోకమో
మనమా యీర్ష్య వహింపఁబోలదుసుమా మన్నించి శాంతింపుమా

(అనిమెల్లగనడచి) ప్రకృతిజన్యమైన అనురాగముఁ బడయ నెంతటియు

దృష్టపడుండవలెను. హృదయమా ! నిర్భర్త్సించిన ప్రగాఢముగ నను ఖండించుటయేగదా నీకుం గావలసినది ! నీకీవిచారమేల ? ఈయుద్వేగమేల?

మ. వనభూభాగములం బ్రసన్నకవలా ! వస్త్రాంబులే జూడిజ
కృశచైత్రాకలంజల్లి నాసికలనా ! [illegible] ముమన్ గాంచు నా-
చనమున్ [illegible] చక్షుశ్చకోరంబులై
వనజాలోక [illegible] చంద్రగుప్తుకు ? మో ! [illegible]
మనమూ యార్ద్ర [illegible] బోలదు సుమా ! మన్నించి [illegible] ప్రభా

(సమీపించుచు) హృదయముస్థైర్యమునకున్నగదా ? ఏమని మాటాడగలను. కన్నిరుగాదరించునా ! ఎట్లు మాటాడగలను ! ...

మ. పినుభిరా దేహము శాశ్వతంబె. [illegible] స్వీకరించి కాంక్షించి [illegible]
[illegible] నురక్తి [illegible] నొక్కరా
[illegible] ప్రాణంబులనెల్లఁ గోల్పడినవేళ చంద్రగుప్తుకు [illegible]
తనుసౌందర్యముఁగాంచి [illegible] తపో [illegible] వే !
మనమూ యార్ద్రవహింకబోలదుసుమా ! మన్నించి [illegible] ప్రభా

(సమీపించి) రాజదంపతులకు జయము.

చంద్రి—ఓహో ఛాయా! నీకటాక్షదృష్టిచే [illegible] ఈమనోహరమైయున్నది.

ఛాయ—సాధ్వీ ! [illegible] ముపూర్వావియు నెసంగుటకై వచ్చితిని. అనుమతించిన, నీరత్నహారము తో నామె కంఠమలంకరించి పోయెద.

చంద్రి—ఎప్పటికేగెదవు ఛాయా !

ఛాయ—(నిరీక్షమోహమున మందహాసము జేయుచు) సాధ్వీ ! ఈవిషయంబు ప్రస్తావించితివు, సన్న్యాసిని యగు ఛాయకు [illegible] ?

చంద్ర—చంద్రకేతుఁడు స్వర్గస్థుఁడగుటచాలదా? నీవుసహితము నన్నువిడనాడఁదగునా?

హేలే—(సమీపించి స్నేహభావమున ఛాయచేతులఁబట్టుకొని) ఛాయా! తలవంచుకొని దుఃఖింప నేల? రమ్ము...ఏకసముద్రమున రెండునదులు సంగమింపరాదా? ఒక్కయాకాశమునఁ జంద్రసూర్యులుదయింపకుండిరా? ఏకవృక్షంబున రెండులతలాశ్రయించి పుష్పించకున్నవా? నాసౌభాగ్యములో సగము నీకు పంచియిచ్చెదను. ఇంతవిచారమేల?

ఛాయ—హేలేనా! నేను సహింపఁగలను. సహింపకున్న స్త్రీజన్మమువలన లాభమేమి? రమ్ము.-హేలేనా! నాచేతులతో నవరత్నహారము, నీకంఠమున నలంకరించెదను. (అని హేలేన చేతులఁ బట్టుకొని) ఈముఖము—ఈసౌందర్యము—ఈయుదారహృదయము—అనిర్వర్ణనియములు. నీవు నాచంద్రగుప్తుని సుఖింపఁజేయఁగలవు.

(అని చేనున్న రత్నహారము నలంకరింపఁబోవును)

హేలే—(ఛాయచేతులనుఁబట్టుకొని) అట్లుకాదు. ఈహారము నీవలంకరింపఁదగిన స్థలముఁ జూపెదరమ్ము. (అనిచంద్రగుప్తునికంఠమున నలంకరింపఁజేసి, యామె చేతులఁ దనకంఠమునకు చుట్టబెట్టుకొని) ఆహారమునకు విలువయున్నది గాని యీహారమునకు విలువలేదు. (అని ఛాయఁగౌఁగిలించుకొని) ఛాయా! నీవు నాచెల్లెలవు.

(యవనికజారును.)

పంచమాంకముసంపూర్ణము.

శ్రీరామార్పణమస్తు

తప్పొప్పుల పట్టిక.

పుట.	పంక్తి.	తప్పు.	ఒప్పు.
4	9	సతిఁ గావింపకుండ	[illegible]
4	10	సేఁకలనణించి	[illegible]
5	9	జ్యోత్స్నప్రవాహము	[illegible]
6	19	మఱగిించుఁదనము	[illegible]
7	14	శత్రుసేనాసంఘము	[illegible]
7	17	హాస్యవలెక నాశ్రై	[illegible]
9	16	ఖండార్ధభాగము	[illegible]
12	30	ప్రతిదినము ప్రాతఃకాలము	[illegible]
23	25	భార్యసహోదరుఁడను	[illegible]
26	7	వేయు చేతులవాని	వేయి చేతులవాని
26	9	వేయుకన్నులవాని	వేయికన్నులవాని
34	9	మన్నించుచుండును	[illegible]
35	15	లభింపవచ్చును। సౌఖ్యమింతికి	[illegible]
36	35	సముద్రిమనథమున	[illegible]
37	7	స్థయిర్యమువహించెను	[illegible]
40	21	బహుపాండములతోసందు	[illegible]
48	10	కేవలము భావ్యము	[illegible]
48	11	మనసారవలసిన	[illegible]
49	1	మఱియొక వాడిచ్చెద	[illegible]
49	19	వీనికింతటియాధిక్యయా ?	[illegible]
[illegible]3	[illegible]8	సంధిఁగూర్చి ప్రసంగించెదను	[illegible]
[illegible]9	19	జారుఁడనిపలికి	[illegible]
61	12	లోఁగిడించినన్	[illegible]
64	15	వధిపఁబడినది	వధింపఁబడినది

పుట.	పంక్తి.	తప్పు.	ఒప్పు.
70	22	ప్రహేళికాప్రశ్నమువలె	ప్రహేళికాప్రశ్నలవలె
71	24	జీవపధాత్రి	జీవనధాత్రి
72	21	నీ రాజనంబుకా	నీ రాజనంబులు
83	13	శఠేశఠాంత్సమాచరేత్	శఠే శాఠ్యంసమాచరేత్
88	23	కందరదవఁగని	కుందరదనుఁగని
93	17	గాంచెనీవిపుడ	గాంచెదీవిపుడ
94	5	కుండగఁగూలిన	కుండగఁగూలిచి
95	25	నిష్పంద, రి	నిష్పంద, నిర్ని
104	22	వీరబల	వీరబలా
106	9	జ్యోత్స్నతియగు	జ్యోత్స్నాస్నాతయగు
107	10	మాక్కిలులేదు	మాకిల్లులేదు
108	1	ద్వితీయుద్యశ్యము	ద్వితీయదృశ్యము
114	19	జిగీషనహ్ని	జిగీషావహ్ని
115	12	నీవామెకుమారితివి	నీవ మెకుమారికవు
115	13	జేయుదునా ?	జేయుదువా ?
116	22	సహస్రఫణములతో	సహస్రఫణాలతో
122	17	ఆఁ—ఆఁ—అమఱియు	ఆఁ—ఆఁ—మఱియు
124	4	సే. సికసంధి	సేనీకసంధి
124	6	లక్షింపఁదగినసమయమిని	లక్షింపఁదగినసమయమిది
125	3	(తిల్పించి	(గల్పించి
129	1	నోలలాడి	నోలలాడె
129	7	గవనవిధి	గగనవీథి
128	23	లాక్రమించి	లాక్రమించె
133	1	కెంజేర్చితివి	సర్వము నెంజేర్చితిని
133	12	లోకభయముతో	లోకము భయముతో
135	8	కర్మమును భరించి కార్యములఁబట్టి కర్మఫలము ననుభవించును	కార్యములఁబట్టి కర్మఫలము ననుభవించును
[illegible]8	23	హృసయము	హృదయమా

పుట.	పంక్తి.	తప్పు.	ఒప్పు.
138	10	సంతోషపరతాపమేకీభవించినది	సంతోషపరితాపములేకీభవించినవి
139	1	తనభ్రతృమరణాంతరము	తనభ్రాతృమరణానంతరము
139	12	భయసంభ్రమములతోఁదొలగించి	భయసంభ్రమములతోఁదొలఁగి
139	22	మహార్ఘరత్నములు	మహానర్ఘరత్నములు
140	20	ప్రభావము	ప్రభాతము
141	23	విళయముసహింపరాదా	విళంబము సహింపరాదా
142	13	స్వభపసిద్ధముగనన్ననియనుము,	ఇది స్వభావసిద్ధముగనున్ననియమము
142	18	వియోగదుఃఖభయములకు సమానమేగదా ?	వియోగదుఃఖభయములు నిరుప్రకకు సమానములేగదా ?
145	17	వెలుంగని నీఘోరమేమున్నది	నీవెలుఁగని ఘోరమేమున్నది
145	19	యంగీంరించి	యంగీకరించి
148	9	బ్రాహ్మణునకఁదగినది	బ్రాహ్మణునకుఁదగనిది
150	12	తొట్రిలన్	తొట్రిలెన్
151	6	జూడఁగల	జూడిదల

ఆంటిగోనస్—అంటయోకస్—ఈరెండు నామములు నొకపాత్రికిఁ జెందినవని యెఱుంగవలెను—

[illegible]

విచిత్ర[illegible] ([illegible]) [illegible]—
ప్రసిద్ధికెక్కిన [illegible]ములు [illegible] నాటకము.

రు 0—12—0.

విజయవిజయము:—[illegible] ప్రసిద్ధికెక్కి-
న అయిదంకముల నాటకము. [illegible] రు 0—10—0.
ఈరెండు నా[illegible] [illegible].

[illegible]

[illegible] ([illegible])

ఇదివరకు ప్రచురింపబడిన గ్రంథములు.

	చందాదారులకు			ఇతరులకు		
1 ఉషఃకాలము	1	0	0	1	8	0
2 వాఁడే వీఁడు	1	0	0	1	4	0
3 ప్రేమము	0	8	0	0	12	0
4 సుహృల్లత	0	12	0	1	0	0
5 పద్మినీపరిణయము	(ప్రతులు లేవు)					
6 విలాసార్జునము	0	8	0	0	12	0
7 సగుణ (మొదటిభాగము)	1	4	0	1	8	0
8 ,, (రెండవభాగము)	0	10	0	0	12	0
9 ,, (మూడవభాగము)	0	10	0	0	12	0
10 కౌన్ప్రివ్యాఖ్య	(ప్రతులు లేవు)					
11 వేంకటరావు	1	0	0	1	8	0
12 నేనే. (వాఁడేవీఁడునకు 2 వ భా॥)	1	0	0	1	6	0
13 † కోటీసుతనయ (నిరూపకనవల)	1	0	0	1	4	0
14 ‡ కాలూరాయి "నేనే" తరువాయి	1	4	0	1	6	0

† 1922 సం॥మున బహుమాన పరీక్షా పఠనీయ గ్రంథముగా నేర్పడి పరీక్ష నొనర్చి, నూటపదార్లు, అర్ధనూటపదార్లు, పావు నూటపదార్లు బహుమానము లొసంగిన గ్రంథమిది.

‡ 1923 సం॥రమున బహుమాన పరీక్షా పఠనీయ గ్రంథముగా నేర్పడి నూర్లు, ఏబదులు, పదులు బహుమానము లొసంగుదునని ప్రకటించినది.

VEGU-JUKKA OFFICE,
BERHAMPORE,
15 th April 1923.

D. V. KRISHNARAO,
Secretary.

www.ingramcontent.com/pod-product-compliance
Lightning Source LLC
LaVergne TN
LVHW020119220825
819277LV00036B/514